કોરોના ગલી

(નવલકથા

ડૉ. બાબુ ચૌધરી

સામગ્રી

પ્રસ્તાવના

જ્યાં મંથરગતિ છે, અને જેના પ્રાણ જકડાયેલા છે એવી આ ગલીમાં જે નિમ્ન મધ્યમ વર્ગના લોકો રહે છે, તેમના જીવનની પણ મંથરગતિ છે, સ્થગિત છે. એમાં રહેતા મોટાભાગના લોકો સામાન્ય છે, રુચિહિન છે. આવી ગલીમાં શિવાએ ઘર ભાડે લીધું છે. નેહાનું કુટુંબ ઉત્તરોત્તર નીચે ઉતરતું ગયું છે. નિમ્ન મધ્યમવર્ગની મુસીબતો, જીવન સંગ્રામની ભીષણતા ધીરે ધીરે છતાં થાય છે, આ છબી જોતા આપણો શ્વાસ રૂંધાઈ જાય છે, આ ગલીમાંથી મુક્તિનો કોઈ માર્ગ નથી. એક રીતે જોતા મુક્તિનો માર્ગ છે પણ ખરો. મકાનની અગાસી પર. ત્યાં પહોંચવાથી મુક્તિ તો મળે છે. પણ આ મુક્તિ ક્ષણજીવી છે. એ કઈ દુ:ખમાંથી કે ત્રાસમાંથી રાહત ન આપી શકે. અભાવ અને ભીંસના કારણે ત્યાં તીવ્ર સંઘર્ષ દૃષ્ટિએ પડે છે. મા કોરોનાગ્રસ્ત છે, બાપ પ્રૌઢ છે. મોટાભાઈ દેવું તથા ભાભી નીતા ત્યાંથી ભાગી છૂટવાની તક ખોળે છે. મહેન્દ્ર અને એની વહુ મણીબેન, મહેન્દ્રનો આશ્રિત મિત્ર નરેન્દ્ર, ભાભીના પૈસાદાર કાકા અમૃત, બધા જીવનને લઈને પરમ, શિવાની જેમ બાજીના દાવ ખેલે છે, ઘોડાની ચાલે માત થાય છે. સામેના ઘરમાં ભાડૂત તરીકે નસીૌની ટુકડી આવી છે- રૂપા, સરિતા, સરોજ, નીતા, સાયરા. બધા "કોરોના સેવાસદન" ખોલીને રોગીને ત્યાંથી એમને સુશ્રુષા માટે બોલાવવા આવે તેની સતત રાહ જોતા હોય છે. આ બધાની આસપાસ સાંકડી ગલીમાં નેહાનું જીવન વીતે છે. જીવનમંથનમાંથી અમૃત ન મળતા નેહાને મણીબેન તરફ ધૃણા ઉત્પન્ન થાય છે, ને નરેન્દ્ર તરફ આકર્ષાય છે.

નવલકથાનો આરંભ હવે થાય છે. થોડા સમયમાં "કોરોના ગલી" જેમાં ભાડૂતોની ભરતી થઈ હતી ત્યાં ઓટ આવવા માંડે છે. દેવું, અમી, મહેન્દ્ર, મણીબેન બધા ગલી છોડીને ચાલ્યા જાય છે. કોરોના સેવા સદનની નસી ઘર માંડવાની આશાએ એક પછી એક ભાગી જાય છે. ફક્ત રહી જાય છે નરેન્દ્ર. એને આધારે નેહાની જોડે એ નવું જીવન

શરૂ કરવા વિચારે છે. પણ નવા જીવનના ઘડતરની આડી ભીંત છે. અહીંયાં એ લક્ષમાં રાખવું જોઈએ કે સન -2019 -20માં કોરોના કહેરના જીવનસંગ્રામનું આ રૂપ હતું. બધું જીવન ઊંધું વળી ગયું હતું. બધી બાજુથી ગુંગળાવીને અકળાવી નાખે એવું વાતાવરણ હતું. આર્થિક, સામાજિક મુશ્કેલી તથા ભિન્નતામાંથી નેહા અને નરેન્દ્રને પરસ્પર સહાનુભૂતિ પ્રગટે છે. અને એ જ તો એમના જીવનની દીવાલ છે.

નવું જીવન શરૂ કરવાની આશાના જન્મ જોડે, "કોરોના ગલી" નવલકથાનો અંત આવે છે. નિમ્ન મધ્યમવર્ગના જીવનની હતાશા, ગ્લાનિ એ સર્વેને નેહા તથા નરેન્દ્ર પાર કરી શક્યા છે. જીવન વિશેની એમની દ્રષ્ટિએ મોહાન્ધ નથી, એમના જીવનમાં કડવાશ કે હતાશા નથી. તેમનામાં એક નવી આશાનું સિંચન થાય છે. કોરોના કાળ દરમિયાનના વિષમ, જટિલ અને વૈવિધ્યપૂર્ણ જીવનનું નિરુપણ મળે છે. કથામાં વક્તવ્યને પ્રાધાન્ય આપી વાર્તાતત્વ ગૌણ સ્થાને રાખ્યા છે. વક્તવ્ય જીવન કેન્દ્રીય છે અને મોટેભાગે આત્મકેન્દ્રી."કોરોનાગલી" બીજી નવલકથા છે. આ કૃતિમાં મધ્યમવર્ગના સમાજની વિકટ અવદશા, તેના સ્વપ્નો, અપયશ, વૈફલ્ય અને દુઃખનું ચિત્રણ કર્યું છે. ઊંચા પ્રકારનું કલાસામર્થ્ય ધરાવતી આ નવલકથામાં "કોરોનાગલી"ની એક ગલી યથારૂપે જીવંત થઈ ઊઠી છે. આ નવલકથા આપની સમક્ષ મુકવાનો પ્રયાસ કર્યો છે, જે આપ વાચકમિત્રો સહર્ષ સ્વીકારશો એવી આશા, અપેક્ષા.

આ નવલકથાને "ઉમળકાભર્યો આવકાર"લખી આપનાર ડાહ્યાભાઈ વાઢું (આદિવાસી સાહિત્ય સંશોધક-સંપાદક અને લેખક) અને મારો પરિચય લખી આપનાર ડૉ. જગદીશ ખાંદરા (આદિવાસી સાહિત્ય સંશોધક અને સંપાદક) જેમનો હું ખૂબ ખૂબ આભારી છું.

ડૉ. બાબુ ચૌધરી
વાજવડ, કપરાડા [વલસાડ]
મો. 8141323913
તા.12-10-2024

ઉમળકાભર્યો આવકાર

ડૉ. બાબુ ચૌધરી બહુઆયામી વ્યક્તિત્વ ધરાવતા માણસ છે. વ્યવસાયે શિક્ષક છે. સ્થાનિક અને રાષ્ટ્રીય કક્ષાના એવોર્ડ વિજેતા પત્રકાર છે. ડૉ. બાબુભાઈ દમણગંગા ટાઈમ્સમાં આદિવાસી કુકણા ભાષામાં લેખો લખતા. ગુજરાતનું આ એકમાત્ર વર્તમાનપત્ર હશે કે જે સ્થાનિક આદિવાસી ભાષામાં લેખો પ્રગટ કરતુ. ડૉ. બાબુભાઈ "સંવેદન" નામની કોલમમાં દર શનિવારે કવિતા, લોકગીતો, આદિવાસી ગીતો પર વિશ્લેષણ લખે છે. આ ઉપરાંત એમણે સ્થાનિક સંસ્કૃતિ અને પરંપરા "ખિનુ" નવલકથા લખી ઉજાગર કરી છે.

દુનિયાની એક કમનસીબી છે, દર સો વર્ષે દુનિયાભરમાં એક મહામારી ફેલાય, ને માનવજીવનને તહસનહસ કરી નાખે છે. માનવો પણ એ મહામારીની સામે પડકાર ઝીલી લઈ મહામારી પછી નવસર્જન કરે. ઓગણીસમી સદીની શરૂઆતમાં જગતભરમાં કોલેરાનો રોગ ફેલાયેલો. બહુ મોટી જાનહાની થયેલી. આ મહામારી પછી યુરોપમાં ઔદ્યોગિકક્રાંતિ થયેલી અને જગત દોડતું રહેલું. સો વર્ષ પછી વીસમી સદીની શરૂઆતમાં મરકીએ માઝા મુકેલી. ત્યારે પણ મોટી જાનહાની નોંધાયેલી. આ મહામારી વખતે પાલઘરથી લઈ કલવણ, નવાપુર, ડાંગ, ધરમપુર, સોનગઢ વગેરે વિસ્તારમાં આદિવાસી જાગૃતિની મશાલ પ્રગટેલી જે "દેવી આંદોલન"નાં નામે પ્રખ્યાત છે. આના કારણે આદિવાસી જીવન પદ્ધતિમાં ખૂબ પરિવર્તન આવેલું.

એકવીસમી સદીનાં બીજા દાયકામાં ઈ.સ. 2020ની આસપાસ કોરોનાએ કહેર વરતાવેલો. તેના આપણે સાક્ષી છીએ. કરોડો લોકો કોરોનામાં ખપી ગયા. એ દિવસો યાદ કરતા આજે પણ કમકમાં આવી જાય છે. આપણી સંવેદના હચમચી જાય છે. ઈન્જેકશનો અને દવાઓની તંગી અને કાળાબજારી. હોસ્પીટલોમાં ખાટલા ખૂટ્યા, અનેક ડૉકટરોએ માનવતા ત્યજીને કમાવાની તક માની લીધી,

ઓક્સીજનના બાટલા ખૂટ્યા, વેનટીલેટર ખૂટ્યા, દર્દીઓ ટપોટપ મરતા હતા. સ્મશાનોમાં લાઈનો લાગતી અને અંતિમ સંસ્કારોને સાઈડ પર કરીને ચોવીસ કલાક સ્મશાન બળતી રહી.

સંવેદનશીલ હૈયાઓમાં એની વેદના છલકાઈ. પારુલ ખખ્ખરની કવિતા "શબવાહિનીગંગા"માં દુ:ખી દેશવાસીઓનું દર્દ છલકાયું. દરેકને લાગ્યું કે પારુલબહેને એમની વ્યથાને વાચા આપી છે. સાંપ્રત સ્થિતિ પર "શબવાહિની ગંગા" એ જે ઉહાપોહ મચાવ્યો હતો તેનાં જેવું બીજું ઉદાહરણ નથી.

લોકો લોક્ડાઉનમાં પરેશાન હતા. ત્યારે ચિકિત્સા વિજ્ઞાનની સામે પ્રકૃતિનાં ખોળે જીવન જીવતા આદિવાસીઓની જીવનશૈલી ઉપર ચિંતનો થયા. કોરોનાના મોંઘાદાટ ઇન્જેકશનોની સામે ગીલોઈના કાઢા બળવતર પુરવાર થયા. આવા સમયે એક સંવેદનશીલ શિક્ષક, જવાબદાર પત્રકાર, કોમનમેન તરીકે ડો.બાબુભાઈ ચૂપ નહીં રહી શકે.

આવા સમયે પોતાની પાસે કશું જ ન હોવા છતાં માત્ર સેવા કરવાની ભાવના સાથે "કોરોના કલીનીક"નો વિચાર રૂપાના પાત્ર દ્વારા રજૂ કરી આવી મહામારી સામે પોતાનાથી થઈ શકે તેટલું માત્ર સેવાની ભાવનાથી યોગદાન આપવાનો સંદેશો લઈને લખાયેલી "કોરોના ગલી" વિશિષ્ટ નવલકથા કહી શકાય. આમાં નક્કર વાસ્તવિકતા દેખાઈ આવે છે. સાંપ્રત સ્થિતિ પર બહુ ઓછું લખાતું હોય છે અને તેમાં પણ પ્રદૂષણ ઓકતા નગરોથી દૂર પ્રકૃતિના ખોળે વસેલ એક સંવેદનશીલ શિક્ષક ડૉ. બાબુભાઈ ચૌધરીની આ નવલકથાને હું ઉમળકાથી આવકારું છું.

તોરણવેરા.
  (આદિવાસી સાહિત્ય સંશોધક, સંપાદક અને લેખક)
ડાહ્યાભાઈ વાઢું

ડૉ. બાબુભાઈ ચૌધરીને ઓળખીએ !

ડૉ. બાબુ ચૌધરી ગ્રામ્યજીવ, રસાળ વ્યક્તિત્વ, કહી શકાય મળવા જેવી વ્યક્તિ. વલસાડ જિલ્લાના કપરાડા તાલુકામાં આવેલ વાજવડ ગામના રહેવાસી. વ્યવસાયે શિક્ષક. પત્રકાર, કટારલેખક તથા સર્જક તરીકે તે હાલે ઉભરી રહ્યા છે.

પ્રાથમિક શિક્ષણ વાજવડ ગામેથી મેળવી, માધ્યમિક શિક્ષણ સાર્વજનિક હાઈસ્કૂલ, કોઠારમાં લીધું. પી.ટી.સી.નો અભ્યાસ પૂર્ણ કરી શિક્ષક તરીકે જોડાયા. ચાલુ વ્યવસાયે એમ.એ., બી.એડનો અભ્યાસ કર્યો. શિક્ષક તરીકે બાળમાનસને સમજતા, સમાજને સમજવા એમની મથામણ એમને પત્રકારત્વ તરફ વાળે છે. બાળપણ પ્રકૃતિમાં વિત્યું એટલે પ્રકૃતિ સાથેનો નાતો અતૂટ. જોગાનુજોગ વ્યવસાયે પણ કપરાડાના ગિરિશૃંગો વચ્ચે પ્રકૃતિની ગોદમાંથી જવાનું થયું. પ્રકૃતિનું માણેલ સૌંદર્ય એમને સાહિત્યની દુનિયામાં ડગ માંડવા પ્રેરિત કરે છે. એમનામાં રહેલી સર્જક પ્રતિભા જાગે છે અને લેખન કાર્યની શરૂઆત થાય છે. છેલ્લા 23 વર્ષથી લેખનકાર્ય કરી રહ્યા છે. એમની લેખન પ્રતિભાને જોઈ વર્ષ: 2024માં એમને ગાંધી પીસ ફાઉન્ડેશન નેપાળ દ્વારા કર્તવ્ય દક્ષ ફાઉન્ડેશન, નાશિક ખાતે માનદ્ ડૉક્ટરેટની પદવી એનાયત કરવામાં આવી.

'વાપી સંકેત' સાપ્તાહિકમાં સૌ પ્રથમ 'મોર કરે તે કળા' કોલમ લખી. જેમાં 200થી વધુ વાર્તાઓ લખી. ત્યારબાદ દૈનિક પત્ર 'દમણગંગા ટાઈમ્સ'માં 'મારી બોલી મારી વાત' કોલમ શરૂ થાય છે. એમાંય 200થી વધુ કુંકણા ભાષામાં વાર્તાઓ લખી. આ બે કોલમે એમને મોટી ઓળખ અપાવી. હાલે એ જ દૈનિકમાં 'સંવેદન' કોલમમાં એમની સર્જનાત્મકતા અનુભવાય છે. કોઈ સમાજની સમસ્યા 'નાનાપોઢાનો પત્ર'માં આવી રહી છે.

પત્રકાર, કટારલેખક અને સર્જકપ્રતિભાની એમની કાર્યશૈલીને ધ્યાને

લઈ કેટલાક પુરસ્કારો તેમને મળેલ છે. વર્ષ: 2021માં 'વેલ્ફેર', વર્ષ: 2022માં 'નેશન બિલ્ડર', વર્ષ: 2023માં ફરી 'વેલ્ફેર', વર્ષ: 2023માં 'પ્રાઇડ ઓફ ભારત', વર્ષ: 2024માં 'બાળશાસ્ત્રી જાંબેકર', વર્ષ: 2024માં ફરી 'વેલ્ફેર', વર્ષ: 2024માં 'આઇકોન' પુરસ્કારથી સન્માનિત કરવામાં આવેલ છે. 'આદિવાસી સાહિત્યમંચ' સાથે પણ સંકળાયેલા છે. આ મંચે પણ વર્ષ: 2021માં અને વર્ષ: 2024માં જિલ્લા પંચાયત વહીવટીતંત્ર (શિક્ષણ વિભાગ) વલસાડ દ્વારા સન્માનિત કરવામાં આવ્યા.

ડૉ. બાબુ ચૌધરીની નિખાલસતા અને કાર્ય પ્રત્યેની નિષ્ઠાથી પ્રભાવિત થયા વિના રહેવાય નહીં. વ્યવસાયે શિક્ષક પણ, સમાજ સાથે સારો ઘરોબો. સમાજને કંઈક નક્કર આપવા માટે સતત સમસ્યાઓને સમાચાર અને કોલમના માધ્યમે ઉજાગર કરી રહ્યા છે. રજામાં લેખન કાર્યમાં પ્રવૃત્ત રહેવું એમનું ગમતું કાર્ય. શિક્ષણ સાથે સમાજ હિતની સતત ચિંતા તેમણે કરી છે. એ આપણા સૌ માટે ગૌરવની વાત છે.

ડૉ. બાબુ ચૌધરીની પહેલી ખિનુ નવલકથા 2023માં પ્રકાશિત થઈ. આ નવલકથાને "પ્રાઇડ ઓફ ભારત" એવોર્ડ પણ પ્રાપ્ત થયો હતો. આ ઉપરાંત 'વહેતા નીર', 'થંભી ગયા નીર', 'હેદઅની ડોકી', (અપ્રકાશિત) નવલકથાઓ છે. એમની બીજી નવલકથા 'કોરોના ગલી'ના પ્રકાશન વેળાએ હૃદયથી અભિનંદન પાઠવું છું.

પ્રા. ડૉ. જગદીશ ખાંદરા
શ્રી વી. એમ. સાકરિયા મહિલા આર્ટસ કૉલેજ,
બોટાદ.

1
પ્રકરણ

કોરોના ગલીમાં ટીપે-ટીપે જેમ મધ એકઠું થતું જાય, તેમ એક એક કરતાં મરીઝોની સંખ્યા વધતી જતી હતી. એક પછી એક દીવા બુઝાયા હતાં. બાબલુનું કુટુંબ જ્યારે અહીંથી ચાલી ગયું ત્યારે અહીં કોઈ આવ્યા નહોતા.

લોકડાઉન 2.0, 3.0 અને 4.0 શરૂ થતા થોડી છૂટછાટના પગલે એક પછી એક અહીંયાં આવીને વસવા માંડ્યાં. ફરીથી ઓરડે ઓરડે પાછા દીવા સળગવા લાગ્યા.

આ ગલીમાં પહેલાં નેહાનું કુટુંબ, તે પછી શંકર ને મહેન્દ્ર, ને નરેન્દ્ર. એની સામે બાજુએ એક ઘર હતું. રુપમાં અને વયમાં આનું જ પ્રતિરૂપ. એ ઘરમાં કેટલાક દિવસથી રુપા આવી હતી.

રોજ જ્યારે નેહા કૉલેજથી પાછી ફરતી ત્યારે બારીમાં ઊભી ઊભી રુપા એને જોયા કરતી. નેહાને એની ખબરે ય નહોતી. લગભગ પાંચ વાગ્યે ફ્કરમાં રુપા રસોઈ કરી નાખતી, અને અંબોડો વાળીને તૈયાર થતી. એ છાતી ઉપરથી છેડો લઈને કમર કસીને બાંધતી. માથા પર સફેદ રૂમાલ બાંધ્યો હોય એવું લાગતું. એથી એ નર્સ છે એવું વરતાતું.

રૂપાને હોસ્પિટલમાં રાતની ડ્યૂટી હતી. એની બંને આંખો ખેંચાયેલી લાગતી. અનેક રાત સુધી લગાતાર કામ કરવાથી એની આંખમાં સહેજ લાલાશ આવતી પણ આંખની ચમક ઝાંખી પડી નહોતી. ટ્રેમાં દવાઓ ગોઠવીને નિયમિત આપવી, પ્રહરે પ્રહરે તાવ માપવો, હસ્તે મોઢે દર્દીના ખબર અંતર પૂછવા, જરૂર પ્રમાણે સાચી પરિસ્થિતિ છૂપાવી દર્દીને આશ્વાસન આપવું. આ કામ કપરું છે, ને તે રાતોની રાત. એક દર્દીને ખાટલે નહીં પણ અનેક દર્દીઓને ખાટલે, યંત્રવત્ કામ કર્યે જ જવાનું.

સવારે, જ્યારે બધી બત્તીઓ બુઝાઈ જાય ત્યારે એ પાછી તે વખતે એને એકલા સાલતી. સવારે ભીની હવામાં એની આંખનાં પોપચાં ભારે થઈ જતાં ત્યારે એના ખાટલાની ચાદર બદલવાની પણ એની શક્તિ રહેતી નહીં, ને આવી એવી જ ખાટલામાં પડતી. એ બીછાનું જ એને આરામદાયી લાગતું.

દસેક મિનિટ પાસાં ફેરવતી રહે ત્યારે ઊંઘ આવે. બે એક કલાક સૂએ ત્યાં પરસેવાથી શરીર ભીનું થાય. એ ઊઠીને એક કપ ચા પીએ ને તે પછી નાહવા જાય. નાહીને આવે ત્યારે એનાં ઘરમાં પણ તડકો આવતો, ને સામેના ઘરમાં પણ તડકો પ્રવેશતો. જાણે ભૂલો પડ્યો હોય અને આમતેમ ભટકતો હોય તેમ તડકો ઘડીમાં અગાસી પર, ઘડીકમાં છાપરાં પર, છાપરાં પરનાં ભાંગેલાં નળિયામાંથી ઓરડામાં, સામેના મકાનની અગાસીમાંથી બારીમાં, બારીમાંથી ઘરમાં આવતો, અને એ વખતે એ તડકો ગમતો.

એ તડકામાં એ ચોટલો વાળતી, ને વેણી ગૂંથીને સામેના ઘરની છોકરીને જોતી. એ પણ નાહી હોય એમ લાગે છે. હવે એ કૉલેજમાં જશે. લટ ગૂંથે છે, હવે અંબોડો વાળે છે. કેવો મોટો અંબોડો છે! આમ દૂરથી ખબર ન પડે, કે એમાં કેટલા વાળ સાચા છે, તેવી રીતે રિબન વગેરેથી વાળેલી લટ, કે ખોટા વાળથી વાળેલો અંબોડો કાળા જ દેખાય છે.

બપોરે જમી કરીને ફરી પાછી ઊંઘ. એ ઊંઘ પૂરી, વિક્ષેપ વિનાની, ને નિશ્ચિત હોય છે. ઊંઘ ઉડાડવાવાળું કોઈ હોતું નથી, છોકરાં છૈયાં નહોતાં, જે ઊંઘમાં ખલેલ પહોંચાડે. દિવસે ઊંઘી ઊંઘીને એનું શરીર જરા ભરાવદાર થયું હતું. એ જમણા હાથની આંગળી વડે ડાબા હાથનું કાંડું પકડીને હાથનો ઘેરાવો માપતી. એ વિચારતી, હજુ હાથની પકડમાં કાંડું આવે છે, હજુ થોડા દિવસ પછી એ આંગળીઓની પકડમાં નહીં આવે. પણ એ કંઈ સ્વાસ્થ્યની નિશાનની નહોતી. ખીલેલું ચૌવન જાણે મેદાને વ્યાજ ભરતું હતું. પ્રૌઢ સુખી માણસના મોટા પેટની જેમ.

બપોરે સરોજ, સરિતા, રીના, નીતા તથા સાયરા આવતા. આવતાં વેંત જ એ લોકો કલબલાટ કરી મુકતા. સ્ટવ સળગાવતા, ગાયન ગાતાં. એ લોકો એની જોડે એક સાથે જ કામ કરતાં. એમની ઉંમર નાની હતી. પણ માંદાં જેવાં લાગતાં. ટૂંકો પગાર તથા પોષણ વગરનું ખાવાનું એનાં કારણો હતાં. એમના શરીરમાં લાવણ્ય હતું, પણ સ્ફૂર્તિ નહોતી. કમરે સખત રીતે પાલવ બાંધતા એટલે શરીર યુસ્ત લાગતું.

હોસ્પિટલના સંચાલકો તરફથી પણ એમની પ્રત્યે સહાનુભૂતિ નહોતી. ડૉક્ટર વિકાસ-જેઓ આખું યુરોપ તથા અમેરિકા ફરીને એમના નામની જોડે ઘણી-ઘણી ઉપાધિ ભેગી કરીને લાવ્યાં હતાં, એઓ રોગીને તપાસવા જતાં તો ત્રણ આંકડાની ફી પડાવતાં. એમને કંઈ કહેવા જાય તો એક કલાક સુધી તેમની પાસેથી માનવતા વિષયક વ્યાખ્યાન સાંભળવાની તૈયારી રાખવી પડે. નર્સ તો કલ્યાણી છે. એ કંઈ ધંધો નહીં, મિશન છે. એમનું કામ તો રોગીઓને મૃત્યુના મુખમાંથી ખેંચી લાવવાનું, બચાવવાનું, ને એમને નિરોગી કરવાનું. નર્સ તો ધાત્રી છે. ધાત્રી શબ્દનો ધાતુ કયો ? ખબર નથી ? એટલે તરત વિકાસ સાહેબ ચિડાઈ જાય, કહે, આ તો તમારો ગુનો છે, તમારો શાનો, આપણા શિક્ષણ શાસ્ત્રીઓનો. થોડા વિલાયતી દરદી, તેની વિલાયતી દવા અને તાવ માપતાં આવડ્યો, એટલે કંઈ તમે નર્સ ન થઈ શકો.

ડૉક્ટર વિકાસ જ્યાં સુધી ધાત્રી જીવનનું તત્ત્વજ્ઞાન સમજાવતા હોય

ત્યાં સુધી એમની આંખો અધી ખુલ્લી જ હોય. ધીમે ધીમે બોલતા, મોઢું પણ પહોળું ન થતું, પણ ગુસ્સે થતાં વેંત જ મોઢું પહોળું થાય, ને જીભ લપલપ કરતી બહાર નીકળે. એમની જીભ લાંબી અને લાળરસથી પુષ્ટ હોય.

સરોજ પૂછતી, "રુપા દીદી! તમે અહીં "કોરોના સેવાસદન" ક્યારે ખોલો છો? બોલોને?"

રુપા જવાબ આપતી, "ખોલીશ બેન! ખોલીશ. તું અકળાય છે શા માટે?" લટ વાળતી વાળતી એ બોલી, "હજુ જરા જાડી ન થાઉં ત્યાં સુધી "કોરોના સેવાસદન"ની માલિક તરીકે મને કોણ ઓળખે?"

સરિતા પૂછતી, "રુપા દીદી નર્સિંગ હોમ ખોલે એ વાતમાં શું માલ છે? સંતાઈને લાગ મળ્યે સમાજની સેવા કરવા માટે તો એમણે અલગ ઘર લીધું છે."

ગુસ્સે થવાનો અભિનય કરતી રુપા કહેતી, "તારું પોતાનું સ્વપ્ન પારકાને માથે નાખે છે? મને લાગે છે કે તું એવા જ આશયથી અહીં આવી લાગે છે. તારા પેલા મેડિકલ સ્ટુડન્ટની શી ખબર છે?"

આ લોકો માટે રુપા નર્સિંગ હોમ ખોલવાની હતી. એક નાનીશી સંસ્થા નામ પણ નક્કી કર્યું હતું. "કોરોના સેવાસદન" મહિને મહિને પગાર નહીં. સ્વતંત્ર રીતે સેવા આપવાની. યોજના તૈયાર થઈ ગઈ હતી. ફક્ત થોડા પૈસાની જરુર હતી. દેશમાં ફેલાયેલી મહામારી સામે લડવા અને તે પહેલા પોતાની ગલીના લોકો માટે. પછી આ બધાં પણ એકે એકે આવીને સહકાર આપવાનાં હતાં. સરિતા, સરોજ, નીતા તથા સાયરા પણ.

એક વાતની શંકા હતી. આ ગલીમાં "કોરોના સેવાસદન" ચાલે ખરું? કોને ખબર પડશે કે, આ જગ્યાએ લાયકાત ધરાવતા ડૉક્ટર છે. સમસ્યા હોય તો એનો ઉકેલ પણ હોય. ગલીને નાકે એક પાટિયું રહેશે,

જેના પર નામ, ઠેકાણું લખ્યું હશે અને હાથ ચિતરીને એમાં આંગળીથી સ્થાન પણ દર્શાવ્યું હશે, કે જેથી "કોરોના સેવાસદન" ક્યાં છે તે શોધવું ન પડે.

છોકરીઓ ગયા પછી એ પાછી સજાવટ કરીને હોસ્પિટલ જતી, ને પાછી એ જ કર્તવ્યનિમગ્ન રાત. પાછી સવાર, એ જ કાર્યક્રમ, ને પાછી રાત. અરીસાની સામે વાળ ઓળતાં ઓળતાં રૂપાના મુખ પર સ્મિત ફરક્યું. એનો સેંથો બરાબર વચ્ચોવચ હતો. સેંથો સીધોસટ હતો. એ સેંથા તરફ જોઈને કોણ કહે, કે એની પર એક સિંદૂરની ઘેરી રેખા પ્રસરતી હતી? આજના રંગવિહીન વર્તમાનની પાછળ પણ એક રંગીન ભૂતકાળ હતો. પછી ભલે ને એ રંગ ફિક્કો અને અસ્થાયી હોય!

એક જ મહોલ્લામાં ઘર, ને બંને ઘરની બારીઓ પણ સામસામી પડે. એથી વાતચીત થતા વાર લાગી નહીં. પછી તો એક દિવસ બપોરે નેહા રૂપાને ઘેર આવી પણ ખરી.

એણે ફરી ફરીને ઘર જોયું ને બોલી, "વાહ! કેવું સરસ ઘરને સજાવ્યું છે!" એણે "કોરોના સેવાસદન"ની યોજના વિશે સાંભળ્યું, ને કહ્યું, "તમારી ઈર્ષા થાય છે. તમે કેવો પોતાનો ભાર પોતાને શિરે લીધો છે! હું બાપનો બોજો બની છું."

રૂપાએ કહ્યું, "સામી બાજુએ જોઈને હું પણ નિઃશ્વાસ નાખું છું. તમે તો કૉલેજમાં ભણો છો ને?"

"બીજું કશું કરવાનું નથી, એટલે ભણું છું. નહીં તો ભણવાનું ક્યારનુંય છોડી દીધું હોત." નેહાએ કહ્યું.

રૂપાનાં ઘરમાંથી મણીનું ઘર દેખાતું હતું. એટલે કે, ઓછા અજવાળામાં જેટલું દેખાય તેટલું દેખાતું હતું.

રૂપાએ પૂછ્યું, "પેલા જે બહેન રહે છે તે, અને તમે જુદા-જુદા છો નહીં?"

"હા." નેહાએ કહ્યું. "એ લોકો પાછળથી આવ્યા. મણીબેન અદ્ભુત સ્ત્રી છે, નહીં?"

રૂપાએ સીધો જવાબ આપ્યો નહીં, "મને શી ખબર? હજી વાતચીત થઈ નથી. પણ બહુ મળતાવડી લાગે છે. મોડી રાત સુધી એને ત્યાં અડ્ડો જામ્યો હોય. હું તો કોઈ કોઈ વખત રાત પૂરી થતાં કામ પરથી પાછી આવું છું, ત્યારે પણ પાનાં રમતાં હોય."

"હા." નેહાએ કહ્યું, "એ લોકો ઘણીવાર રમે છે. મણીબેનને પાનાનો ઘણો શોખ ખરોને, એથી દોસ્તાર ભાઈબંધોને ભેગા કરીને રમે છે."

"મણીબેન કોણ? પેલીના વરની વાત કરો છો?" રૂપાએ કહ્યું, "એ તો ભીતની પાછળ જ્યારે જોઉં ત્યારે સુતેલા હોય છે. એમને ક્યારેય મેં રમતા જોયા નથી. જ્યારે જુઓ ત્યારે તમારાં મણીબેન જ રમતાં હોય છે."

"મણીબેન રાત્રે ત્રણ ચાર વાગ્યા સુધી પતિના દોસ્તારો સાથે પૈસા મૂકીને પાનાં રમે છે? મારાં માન્યમાં નથી આવતું. તમારી કંઈક ભૂલ થતી હશે."

"મેં બરાબર જોયું છે. જરા જેટલી પણ ભૂલ નથી કરતી." રૂપા એ કહ્યું, "આમ જોવામાં ભૂલ કરું તો મારી નોકરી રહે ખરી? થર્મોમીટરમાં ડિગ્રીને પોઇન્ટ ઝીણવટથી જોઈને અમારે રોગીનું ટેમ્પરેચર જોવાનું હોય."

"પણ...પણ" નેહા જરા ગલવાઈને બોલી, "પણ એ લોકો તો બાજી રમે છે. તે તમારી મણીબેન પણ બાજી રમે છે. તે વખતે દ્રોપદીને હોડમાં મૂકી હતી, પણ આજના યુગમાં તો દ્રોપદી પોતે જ પાસા રમવા પૃથ્વી પર અવતરી છે. એમાં ફેર શો?"

ફેર ઘણો બધો. નીતિ, રુચિ તથા જે કેળવણી દ્વારા નેહાનું ઘડતર થયું હતું, તેમાં આખી રાત પતિના મિત્રો જોડે જુગાર રમવાની કલ્પના પણ એ કરી શકતી નહોતી. થોડું ઘણું હળવું મળવું, હાસ્યવિનોદ, સમજી શકાય. કારણ એટલી છૂટ ભદ્રતા જાળવવા ખાતર ચલાવી લેવી પડે. સંસારમાં કંઈ અતડા થઈને રહેવાય નહીં. પણ આજે એ મણીબેન વિશે વાતો સાંભળીને આવી? મીઠડી મણીબેન, આટલી શાંત, એનું આ તે કેવું વરવું રૂપ! એના બે રૂપો વચ્ચે લેશમાત્ર મેળ નહોતો. એને એવો આઘાત લાગ્યો હતો, કે કેટલાય દિવસ સુધી એ મણી જોડે મુક્ત રીતે વાત પણ કરી શકે નહીં. એની આંખમાં આંખ પરોવી શકી નહીં. મણીની શરમની એણે જે વાત જાણી તે માટે પણ એને શરમાવા જેવું લાગ્યું. આખરે એક દિવસ, એણે નક્કી કર્યું, એના મન પરનો શરમનો બોજો ફગાવી દેવો. મણીને મોઢામોઢ બધું પૂછીને ખુલાસો કરી લે.

એનો સવાલ સાંભળી, થોડીવાર સુધી મણી કશું બોલી નહીં. પછી ધીરે-ધીરે બોલી, "તમને બધી જ સ્પષ્ટ વાત કરીશ બેન! એ વાત ધ્યાનમાં રાખજે. માણસ બદલાય છે. નહીં તો જ્યારે મારાં લગ્ન થયા ત્યારે મારી કેવી દશા હતી? ત્યારે પંદર વર્ષની હું ધણીને જોડે સરખી રીતે વાત કરી શકું એવી સ્થિતિ છ મહિના પછી ઉત્પન્ન થઈ. બોલતા જ ગભરાટ છૂટે. ઘણા વખત સુધી એમને દિવસે ઘૂંઘટની અંદરથી જ જોઈ શકતી. ગામડાની છોકરી, હું સપનું જોતી, ધણી નોકરી કરશે, રૂપિયા લાવી આપશે, તેનાથી નિરાંતે ઘર ચલાવીશ. પણ જ્યારે ધણીને જોયો ત્યારે મારું સ્વપ્ન ભાંગી પડ્યું. એ જુદી જ પ્રકૃતિનો માણસ નીકળ્યો. આ પકડે ને પેલું છોડે. કેટલીકવાર તો કશું પકડ્યા વિના જ હાથમાનું છોડી દે. મેં સમજી લીધું કે મારે પણ એની જેમ જ જીવન જીવવાની તૈયારી કરવી પડશે, નહીં તો એતો ગમે ત્યારે મને છોડી દે એટલે મેં મારી જાતને પલટાવી નાખી. ધીમે-ધીમે શરમાળપણું ને સંકોચ ચાલ્યાં ગયાં, ઘૂંઘટ ઉઘડ્યો, ને હું વાચાળ બની. ઘસાઈ ઘસાઈને પથ્થર ફક્ત નિશ્ચિત આકારવાળો જ નથી બનતો, ચોખ્ખો પણ થાય છે બેન!"

નેહાએ કશો સવાલ ન પૂછ્યો. પણ એના મનનો બોજો દૂર થયો નહીં. મણીબેન ચોખ્ખી થઈ એમ એ ભલે કહેતી હોય, પણ એના પવિત્ર મુખમાં ધીરે ધીરે ઝેરના બિંદુઓ પણ જમા થતાં હતાં. એ કાદવમાંથી બહાર આવી શકે એમ નહોતું, પણ કાદવમાં ધીમે ધીમે વધારે ને વધારે ખૂંપતી જતી હતી.

એની સરખામણીમાં રૂપા એના દળની છોકરીઓ કેટલી ભિન્ન હતી! એમના ભૂતકાળની ખબર નહોતી, વર્તમાન ઊંડા અંધારામાં ડૂબ્યો હતો, તો પણ એઓ એકબીજા જોડે કેટલા સહકાર અને સ્વમાનથી કામ કરતા હતાં, પોતાના પગ પર ઊભાં હતાં? રૂપા, સરોજ, નીતા, સાયરા એ પણ પોતાને બદલવા ઇચ્છતા હતાં, પણ મણીબેનને રસ્તે નહીં.

બીજા મહિનાની શરૂઆતથી જ "કોરોના સેવાસદન"ની પ્રવૃત્તિ શરૂ થઈ. રૂપાએ બીજા બે ઓરડા લીધા. એમાંથી એકમાં ઓફિસ રાખી. એક ટેબલ, બે ખુરશીઓ, એટલેથી શરૂઆત કરી. નામનું પાટિયું. એની પર બે દીવા. રૂપાની પોતાની પાસે થોડા પૈસા હતા. તે ઉપરાંત પેલી છોકરીઓએ પણ સો, હજાર રૂપિયા કરીને થોડું ઉધરાણું કર્યું હતું. ફક્ત એમાં સરિતા અપવાદરૂપ હતી. રૂપાએ પૂછ્યું, "કેમ રે સરિતા, તું કંઈ ઉધરાણું કરીને નહીં લાવે?"

સરિતાનું મોઢું પડી ગયું. "મારી પાસે કશું નથી રૂપા દીદી. ઉધરાવતા આવડતું નથી."

"તેની મને ખબર છે. પણ તારો પેલો મેડિકલ સ્ટુડન્ટ તો, સાંભળ્યું છે કે ખૂબ પૈસાદાર છે. એની પાસેથી થોડું લઈ આવ ને?"

જરા ગલવાઈને સરિતાએ કહ્યું, "એને આવું બધું ગમતું નથી."

"ગમતું નથી?" રૂપા હસી. જાણે એ વાત માનતી ન હોય એ રીતે, "તને એમ છે કે તારા પૈસા ઓછા થઈ જશે, ખરું ને? એણે તારી જોડે

પરણવાનું તને વચન આપ્યું છે, ખરું ને? સાચું કહે."

આ સવાલનો જવાબ સાંભળવા બધી આંખો એની પર મંડાયેલી હતી. સરિતાને પરસેવો વળ્યો. જવાબ આપવા જતાં ફક્ત એનાં બે હોઠ ખુલ્યા, પણ એમાંથી શબ્દો નીકળ્યા નહીં

બાજી રમવા આવ્યો, ત્યારે શિવાને પરમે કહ્યું, "આ કોરોના ગલી તો નવદ્વિપ બની ગઈ છે સાહેબ."
"શી રીતે?"
"અનેક રીતે. અહીં તો જાતજાતના લોકો આવે છે. કોઈ નર્તકી, કોઈ દેવદાસી, કોઈ સેવાદાસી. એક સેવાદાસીએ તો વીસેક વર્ષ પહેલા કંકુ જે ઘરમાં રહેતી હતી એ જ ઘર ભાડે રાખ્યું છે. બીજી પણ ઘણી સેવાદાસી આવવાની છે એમ સાંભળ્યું છે."

"સેવાદાસી!" આશ્ચર્યથી શિવાએ આંખ ઊંચી કરી, "એ તો નર્સ છે એમ સાંભળ્યું છે મેં તો."

"અરે ભાઈ! નર્સ એટલે જ સેવિકા." આંખ પિચકારતો પરમ બોલ્યો, "સેવિકા ને સેવાદાસી એક જ. થોડા દિવસ જવા દો. જાતજાતના રંગ જોવા મળશે."

બારણા પાછળથી આ સાંભળી નેહા સમસમી ઊઠી પણ કશું બોલી શકી નહીં.

2
પ્રકરણ

આ વખતે લોકડાઉનની છુટ્ટી અને એકાદ મહિના પછી ઉનાળું વેકેશનની રજા પછી નરેન્દ્ર એને ગામથી સીધો મણીબેનના ઘરમાં જ આવ્યો. કોરોના ગલીમાં વળી એક માણસનો વધારો થયો. પહેલે માળે ખૂણાની એક ઓરડી સાફ કરાવીને નરેન્દ્રને સોંપવામાં આવી. અઢી હજારનું એક સ્ટૂલ; એક ખોખામાં ચોપડાં અને એક બેગમાં થોડાં કપડાં. બધું મળીને એટલો જ સામાન હતો. એની ઓરડીનું ભાડું ₹2,000 નક્કી થયું.

આ વખતે ગામ જઈને એ બહુ નબળી તબિયત લઈને આવ્યો હતો. એની તબિયત ત્યાં બગડી હતી. એથી એણે નક્કી કર્યું હતું કે હવે છાત્રાલયમાં જવું નથી. વીશીનું ખાવાનું તબિયત વધારે બગાડશે.

એક દિવસ સવારે દાદરના ખૂણા આગળની ખાલી જગ્યા મણી વાળી ઝૂડીને સાફ કરતી હતી તે જોઈને નેહા અવાક થઈ ગઈ.

"કેમ આ વાળઝાડ શાની કરવા માંડી મણીબેન?"
"રસોઈની વ્યવસ્થા કરું છું બેન!"

"એ વળી ક્યાંથી? તમે તો કહેતાં હતાં કે તમારું ખાવાનું તો હોટલમાંથી

આવે છે."

"આવતું હતું પણ પેલો હતભાગી પાછો આવ્યો છે તે તેં જોયું નહીં? એને શું ખવડાવવું?"

"નરેન્દ્ર તમારી જોડે જમવાના છે?"

"હા વળી! ઘરનું ખાવાનું મળે એટલે તો કૉલેજની વીશી છોડીને અહીં આવ્યા છે."

નેહાએ દાંત વડે નીચલો હોઠ ચાવવા માંડ્યો. માથું નીચું કરીને મણી ચૂલામાં ફૂંક મારતી હતી તેં એ જોઈ ન શકી. નેહાએ કહ્યું. "તમને તો મણીબેન કોરોન્ટાઈન કર્યા છે, એટલે રસોઈ કરવાની તો તમને ડૉક્ટરે મનાઈ કરી હશે."

માથું ઊંચું કરીને મણીએ નેહા સામે જોયું. ચૂલાના ધુમાડાથી અથવા તો મનના આવેગથી એની બંને આંખો ચમકતી હતી. એણે કહ્યું, "પહેલા પેટ ભરાય પછી જ કોરોનાનો વિચાર કરવાનો હોય ને? નરેન્દ્ર મહિને   ₹3,000 આપશે. બધી અનિશ્ચિતતાંમાં એટલું જ નિશ્ચિત છે."

નેહાએ વિચાર્યું કે પૂછું, કે પૈસાનો અભાવ શું એટલો બધો વધી ગયો છે, કે મણીના જુગાર રમવાથી પણ તે પૂરો થતો નથી હારવા માટે જ જે હંમેશાં તૈયાર હોય છે, એવા માણસને ખેંચીને અહીં લાવવો પડ્યો છે?

મહેન્દ્ર આજકાલ ઘરમાં ઝાઝો દેખાતો ન હતો. ચા પીતી વખતે નહીં, નાહતી વખતે નહીં, જમતી વખતે પણ નહીં, જ્યારે જ્યારે મણીને પૂછવામાં આવે ત્યારે મણી એટલો જ જવાબ આપે, "બહાર ગયા છે, અથવા હજી આવ્યા નથી."

મહેન્દ્ર આટઆટલું ક્યાં રખડે છે? બીજે ક્યાં દવાખાને કે ડૉક્ટરને ત્યાં આંટા મારે છે.

"મહેન્દ્ર કંઈક સંશોધન કરે છે કે?"
"આમ તો કશું નહીં. જૂની દવાઓનો પ્રયોગ કરી કોરોના વેક્સિનની શોધમાં છે."
"કોરોના વેક્સિન શા માટે શોધે છે?"
"સમજી નહીં? એકવાર કોરોના વેક્સિન શોધાઈ ગઈ પછી સારી એવી આવક થાય. એકવાર શોધાઈ ગઈ પછી...."

પૈસાનો ધોધ વરસે એ વાત અધૂરી રાખીને મણી અટકી ગઈ. એ બોલી "જાઉં ત્યારે બહેન!"

પ્રયોગશાળામાં થોડા દિવસ આંટાફેરા કર્યા પછી મહેન્દ્રને એ સમજાઈ ગયું હતું કે એ ઘણું મુશ્કેલ કામ છે. મનને એકાગ્રતાથી કેમિકલને મિશ્રિત કરવા જોઈએ. મનને ઘડીભર વિચારવાનો વખત જોઈએ; તે ઉપરાંત પ્રમાણસર માપ જોઈએ; દરેક વેક્સિનની આવશ્યકતા પડે જ એવી સોચ હોવી જોઈએ, અને સરકારને અનુકૂળ એવા પ્રયોગશીલ સગવડ જોઈએ. મહેન્દ્ર ગાંડાની જેમ વેક્સિનની શોધમાં ભટકતો હતો. ફરમાયેશ પ્રમાણે દરેક વાર એ મિશ્રણ પ્રમાણમાં ફેરફાર કરતો, એમાં સુધારા વધારા કરતો, ને નવું પ્રમાણ જાળવી લઈ જતો. પણ દરેક વાર એને વેક્સિન પાછી આવતી, ને પાછો સાંજ પહેલાં નીકળી પડતો.

રિસર્ચ લેબ માલિકને ઘેર જાય, તો ત્યાંથી એમ કહેવામાં આવે કે સાહેબ લેબ પર ગયા છે. એટલે લેબ પર દોડે. ખૂબ રાહ જોયા પછી એને ગ્રીન રૂમની અંદર જવાની રજા મળી.

વૈજ્ઞાનિક તથા સ્ટુડન્ટની જોડે સાહેબ મીટીંગ ભરીને બેઠા હતા. તીરછી નજરે મહેન્દ્ર તરફ જઈને એ બોલ્યો, "આવો, મહેન્દ્ર ! જોઉં તમારી વેકસિન. સુધારીને લાવ્યા છો ને?"

"હા, લાવ્યો છું." મહેન્દ્રએ કહ્યું. એના સ્નાયુઓ માત્ર હૃદયના ધબકારાની ગતિ વધારતા નહોતા, એના હાથ પણ કાંપતા હતા.

"બતાવો ત્યારે."

થોડું વિશ્લેષણ થાય, ત્યાં વિઘ્ન આવે. પાછું રિપીટ કરે, એમાંથી થોડી માત્રાની વધઘટ કરાવાય, ઉમેરાવાય. છેલ્લું વિશ્લેષણ સાંભળી ચંપા હસીને લોથપોથ થઈ ગઈ.

"મહેન્દ્રજી! જરા થોભો. આવા આવા ઘટકો ઉમેરી પણ તમારી વેક્સિન બને છે? પેટમાં સિરીઝ ઘોંચીને મરી જઈશ."

મહેન્દ્રનું મુખ જરા ઉઘડ્યું. એ ધીરે ધીરે બોલ્યો, "આ ડોઝ તો જરા હલવો બનાવ્યો છે. એ પછી એક બીજા માત્રામાં બનશે." મૂળ તો એ વેક્સિન મહેન્દ્રના ફાળે જાય એને ગમતું ન હતું. રિસર્ચનો પોષેલો અમરને સંતોષવા લેબમાલિકની ઇચ્છા પ્રમાણે એ ગોઠવવામાં આવ્યું હતું.

વેક્સિનની માહિતી વિગતવાર ચંપાએ સાંભળી નહીં. "કામ છે" કહીને જતી રહી. માથાના વાળ ઠીક કરતા લેબમાલિકની તરફ તીરછી નજર કરતી એ બોલી, "તમારી ગાડી નીચે જ છે ને સુભાષજી?"

સુભાષ પણ પાછળ પાછળ ચાલ્યો ગયો.
આજે લેબમાં રજા પડી ગઈ.
બધાં ગયા પછી લેબમાલિકે કહ્યું, "તમારી વેક્સિન ચંપાને યોગ્ય ન આવી."
"કેમ વેક્સિન તો ખૂબ…"

"વેક્સિન માટે કંઈ પ્રેક્ટિસ થોડી રોકાય છે? આ વેક્સિન તમારે પ્રયોગ કરી બતાવવું પડશે. વેક્સિન સફળ થાય એવું છે, પણ શું થઈ શકે બોલો તો? આ વેકેશનમાં કોઈનું મૃત્યુ થઈ જાય તો…?"

"બની તો શકે… તો શું થયું?"

"માનવ આરોગ્ય માટે તમે આવી વેક્સિન શોધો છો કે? અરે ભાઈ! કોઈનું મોત થાય તે પહેલા વિચારવું પડે ને? પહેલી વેક્સિનના પ્રેક્ટિસમાં જ જો કોઈનું મોત થાય તો આખા લેબ પર કલંક લાગે." ખુરશીની પાછળ અઢેલીને આંખ મીંચીને નાથુએ કહ્યું,
"ચંપાને અને કોઈને પણ જરાય પાલવે નહીં."

મહેન્દ્રનું મોઢું સુકાઈ ગયું.

"ત્યારે?"

સિગારેટનો બધો ધુમાડો મોઢા અને નાક તરફ સરખે ભાગી વહેંચી નાખતાં નાથુએ કહ્યું, "એનો ઉપાય મેં શોધી કાઢ્યો છે. તમારે હવે મહેનત કરવી નહીં પડે. વેક્સિન મારી પાસે મૂકી જાવ. જે કંઈ કરવાનું હશે તે હું જ કરીશ."

"તમે કરશો?"

નાથુ હસ્યા નહીં. હસવા જેવું મોઢું કર્યું ફક્ત. "તમે એમ ધારો છો કે હું રિસર્ચ નહીં કરી શકું? અરે ભાઈ! 55 વર્ષની ઉંમર થઈ. ઓછામાં ઓછી 100 વેક્સિન મારા હાથે રિસર્ચ થઈ. જાણી લો કે એ વેક્સિન પોણો ભાગ તો મેં જ રિસર્ચ કરી છે. તમે તો સંશોધન કર્યે જ જાઓ, વેક્સિન તૈયાર થાય છે કે નહીં એ જાણીને જ રાજી થાઓ છો. અમારે તો સો વાતનું ધ્યાન આપવું પડે છે. આપણી સરકાર માનશે કે નહીં તે અમારે પહેલાં જોવું પડે લોકો પર કેવી અસર કરશે કે નહીં તે જોવું પડે ને સીધી ભાષામાં કહું તો લેબનું નામ રહેશે કે કેમ તેનો ખ્યાલ રાખવો પડે છે."

પાછો એકવાર છાતી સુધી ધુમાડો કાઢ્યો, અને નાથુ વિચારવા લાગ્યા. પાછું એકવાર એમણે જોરથી કહ્યું, "કહું છું કે તમારી વેક્સિન મૂકી જાઓ. કશી ચિંતા કરશો નહીં, વિચાર કરો ને. માણસ પર પ્રેક્ટિસ

કરતાં મૃત્યુ કે આડઅસર વિના એને અજાણ્યે સ્થળે પ્રેક્ટિસ કરી શકાય. કેમ ખરું ને?"

"હા." મહેન્દ્રએ નિર્જીવ સૂરે કહ્યું.

"બસ. તો તો માથાફૂટ મટી ગઈ. મહિના સુધી કે વર્ષો સુધી પ્રેક્ટિસની અસરની રાહ નહીં જોવા પડે. એટલે પ્રેક્ટિસની એક અદ્ભુત અસર ઉત્પન્ન થાય. આ તો પ્રયોગ છે. વેક્સિન બનાવવાની પ્રયોગ સિવાય કશું નથી. તે ઉપરાંત તમારી વેક્સિનમાં વ્યક્તિની ઉંમર ધ્યાન રાખીને બનાવી પડશે."

"કેમ?"

"જુવાન-વૃદ્ધોને એક પ્રમાણશાળી વેક્સિન અસર નહીં કરે."

થોથવાતો હોય એ રીતે મહેન્દ્ર બોલ્યો, "આ વેક્સિન તો દરેક પુખ્ત વયની વ્યક્તિ માટે સમાન છે..."

નિર્વિકાર ભાવે નાથુએ કહ્યું, "એ શોધ તો મેં જ કરી છે."

સ્તંભિત મહેન્દ્રના મોઢા સામે જોઈને નાથુ બોલ્યો, "તમારે એ કશી ચિંતા કરવાની હોય નહીં. એટલું જાણી લ્યો, કે તમારી વેક્સિન ઠીક બની છે."

"મારી વેક્સિન!" એવા ક્ષીણ સ્વરે બોલ્યો કે મહેન્દ્રને થયું કે એણે જાણે બીજા કોઈનો અવાજ સાંભળ્યો છે.

"હા, તમારી વેક્સિન." નાથુએ પ્રસન્ન હાસ્ય કર્યું. "વેક્સિન તો તમારી જ. દેશ-વિદેશમાં દીવાલે દીવાલે જાહેરાત થશે તે જોજો ને? દરેક છાપામાં એનું વિશ્લેષણ લખાશે, અવલોકન લખાશે. સફળ થશે તે દિવસે તમારા હાથમાં..."

તે દિવસે હોટલમાં ચાનો પ્યાલો ઠંડો થતો હતો ત્યારે મહેન્દ્ર ઘણાં સમયથી વિચારતો રહ્યો કે એણે રાજી થવું જોઈએ કે નહીં. દેશ-વિદેશમાં એના નામની વેક્સિન તરીકે જાહેરાત થશે. દરેક છાપામાં વેક્સિન શોધક તરીકે એનું નામ ગુંજી ઉઠશે. એની વેક્સિન. એની જ તો. વિજ્ઞાન ? ઠંડી ચાની જોડે એક માખી આવીને એના મોઢામાં પડી. થૂં થૂં કરીને જમીન પર થૂંકી નાખી મહેન્દ્ર વિચારવા લાગ્યો, આ બાબતનો જેટલો ઓછો વિચાર કર્યો હોય તેટલું સારું. જો વિજ્ઞાન માટે આટલી મમતા રાખવી હોત તો પ્રયોગશાળામાં બેસી એક કેમિકલમાંથી બીજામાં, કે નવું સંશોધન એને માટે ઠીક રહેત. આ રસ્તો લીધો શા માટે ? જો વેક્સિનનું અન્ય રૂપાંતર કરતાં વાંધો ન આવ્યો, તો સાધારણ ફેરફાર કરવામાં વાંધો શેનો?

વાત સાંભળીને મણી એની પાસે ખસીને આવી પહોંચી. એનું ઓશીકું છોડી મહેન્દ્ર સાથે એક જ ઓશીકા પર માથું રાખતાં બોલી, "સાચે સાચ! તારી વેક્સિન સફળ થશે? સાચું કહો છો?"

"મારી વેક્સિન!" અંધારામાં મહેન્દ્રનો અવાજ ફક્ત સંભળાયો, "કોને ખબર એ વેક્સિન મારી કહેવાય કે નહીં? તેમ છતાં લોકો જાણશે કે મારી વેક્સિન છે. લોકો કહેશે, મારી વેક્સિન છે." બોલતાં બોલતાં મહેન્દ્ર થોડો ઉત્તેજિત થયેલો લાગ્યો, ને મણીની હડપચી જોરથી પકડી. નસો ઉપસેલી આંગળીઓમાં લોહી વેગથી વહેતું હતું. એની આંખમાં આંખ પરોવી બોલ્યો, "મણી! તું કલ્પના કર કે તું મા બની છે, પણ એ બાળક મારું નથી. તારા ખોળામાંના બાળકના બધા લોકો ભારોભાર વખાણ કરે છે. કોઈ એના વાળ મારા જેવા છે એમ કહે છે, તો કોઈ કહે છે કે એનું નાક મારા જેવું છે, ને કહે છે, "બરાબર એના બાપના જેવો છે." હું સ્મિત કરતો, જરા શરમાતો એ બધું સાંભળું છું, અને કશું પણ બોલ્યા વિના એ બધી વાત માની લઉં છું. એ વખતના મારા મોઢાની કલ્પના તું કરી શકે છે ?" એકાએક મહેન્દ્ર શાંત થઈ ગયો. મણીએ એના મોઢા પર હાથ મૂકી દીધો હતો.

સરોજ તથા નીતા રૂપાને ઘેર આવી ગયાં હતાં. સરિતા તથા સાયરા આવતે મહિને આવવાના હતાં.

ઘરમાં ફક્ત રૂપા હતી. એણે સફેદ લૂગડું પહેર્યું હતું. એણે કહ્યું, "બધું ગોઠવાતું તો જાય છે. "કોરોના સેવાસદન"ના લીધે નોકરી પણ છોડી ઓફિસ તો રાખી છે, તેમાં ટેબલ અને એક ખુરશી સિવાય બીજું કશું નથી. તો થોડું દાતાઓ પાસેથી ઉઘરાણું કરી લાવો ને. કરી લાવશો ને?"

"મને કોણ પૈસા આપશે?"

રૂપાએ હસવું દાબી રાખ્યું. "આપશે. જરૂર આપશે. તમારા ઘરમાં પેલા નરેન્દ્ર રહે છે ને? એની પાસે માગી જુઓને?"

"માથું ન લગાડતાં. એની પાસે ક્યાંથી પૈસા મળવાના હતાં? માગીશ તો કહેશે, હું રહ્યો રખડું. આમતેમ ભટકતો ફરું છું, ચણામમરાં ખાઈને પેટ ભરું છું, મને પૈસાની શી ખબર પડે? એની આશા તો છોડી જ દો."

"ઉહું !" રૂપાએ કહ્યું, "એમ સહેજમાં આશા છોડી દઉં એવી હું નથી. તમારાથી ન થતું હોય, તો તમારી મણીબેનને કહી જુઓને. મને લાગે છે કે તમારી મણીબેન એ કામ કરશે."

મણીબેન કરી શકશે, નેહા નહીં કરી શકે. કોણ જાણે રૂપાની વાતમાં શાનો ઈશારો હતો, પણ નેહાનું અભિમાન ઘવાયું. એની વાતમાં મજાક છુપાયેલી હોય, દ્વંદ્વયુદ્ધને માટે જાણે એ નેહાને તૈયાર કરતી હોય એવું કંઈક નેહાને લાગ્યું. નેહા આ વાતથી એટલી બધી અસ્વસ્થ થઈ ગઈ હતી કે એકદમ જોરથી બોલી ઉઠી, "હું પણ કરી શકીશ. નરેન્દ્ર પાસેથી "કોરોના સેવાસદન" માટે દાન લઈને જ જંપીશ."

"તો કરી બતાવો." એના છુટા વાળ ખભા પર ઝાટકતાં રૂપાએ કહ્યું.

બે વાર નરેન્દ્રના બારણા પર નેહાએ ટકોરાં માર્યા, તે પછી બારણાં જરા ઠેલ્યા કે ઉઘડી ગયા, એટલે એ ધીરે પગલે અંદર ગઈ. કારણ કે એ કેવી દશામાં પડ્યો હોય, તેની શંકા હતી. પણ રૂપાની મશ્કરી હજી એને અકળાવતી હતી. પણ બે ડગલા આગળ જઈને એને પાછળ જવું પડ્યું. પાછું બારણું અટકાવી નેહા ઊભી રહી. એણે બંને આંખો બંધ કરી દીધી. ગાલનું બધું લોહી સુકાઈને જાણે એના હૃદયમાં એકઠું થઈને જામી ગયું.

પછી એક એક ડગલું ભરતી એ દાદર તરફ જવા લાગી. એવામાં પાછળથી કોઈએ એને ખેંચી પાછળ ફરીને જોયું તો મણી. એને લાગ્યું કે એ એની પાછળ પાછળ જ આવી હતી. દાદરની નીચે બંને જણ સામસામે આવી ગયા. એ નેહાની સામે એકીટશે જોઈ રહી હતી. નેહાનો પાલવ પરસેવાથી ભીંજાયો. મણી કેટલીય વાર સુધી સ્થિર દ્રષ્ટિથી એની સામે જોઈ રહી હતી. અંધારામાં કરોળિયાએ બાંધેલા જાળા આગળ ઊભેલી એની એ નિર્લજ્જ, દયાહીન, પથ્થર જેવી જડ નજર સામે નેહાનું આખું શરીર કાંપવા લાગ્યું. આર્ત, ફાટી ગયેલા સૂરે એનાથી બોલી જવાયું. "મણીબેન! તમે આવી..." આશ્ચર્યની વાત તો એ હતી કે જેની તરફ ધૃણાની તથા જેની તરફ ભયની લાગણી એને હતી તે જ મણીને એ વળગી પડી.

મણીએ ધીરે ધીરે પોતાની અળગી કરી, પણ નેહાનો એક હાથ એની મુઠ્ઠીમાં હતો. કર્કશ સ્વરે મણીએ કહ્યું, "નેહા! સાંભળ. આમ બહાર ઊભા રહીને કશી વાત ન થાય. ઘરમાં ચાલ."

નેહાને ઘરમાં લઈ જઈ, ખાટલા પર બેસાડી, શાંતિ તથા દ્રઢતાથી બધી વાત કરીને બોલી, "તે કેટલું જોયું છે એ હું પૂછીશ નહીં. હું માનું છું કે તે બધું જ જોયું છે. સાંજને વખતે તું એના ઘરમાં શા માટે આવી તે પણ હું તને પૂછીશ નહીં, કદાચ કુતૂહલ, સ્ત્રીઓમાં સામાન્ય રીતે હોય છે તેવું કુતૂહલ હશે."

જરા શ્વાસ લઈને મણી બોલી, "સારું થયું કે આજે તે બધું જાણ્યું. હું પણ થોડા દિવસથી વિચારતી હતી કે તને બધી વાત ખુલ્લે ખુલ્લી રીતે કહું. પણ ગમે તેમ તોયે હું ભદ્ર સ્ત્રી છું, એટલે સંકોચ દૂર કરી શકી નહીં. આજે જે થયું તે સારું જ થયું, નેહા. આગળ વધતાં પહેલાં જ તું જાણી ગઈ કે આ માર્ગે સર્વનાશ છે. મારા કરતાં તારું નસીબ ઉજળું છે."

"પણ મણીબેન!" નેહા આટલી વારે કંઈ બોલી શકી, "મહેન્દ્રને ખબર છે?"

"કોણ મહેન્દ્ર! પેલા અમારા વૈજ્ઞાનિક વેક્સિનવાળાની વાત કરે છે?" મણીના બંને હોઠ તિરસ્કારમાં મરડાયા, "કોને ખબર બેન; પણ એને જણાવવા માટે તો મેં આ જાળ બિછાવી છે."

"એને જણાવવા માટે?"

"હા, બેન! જેને પોતાનામાં જ ફક્ત રસ છે, એવા એ સંશોધકની જાત છેતરામણીની જાળ હું તોડવા માગું છું. એ બધા વિજ્ઞાનીઓને ઓળખતી નથી નેહા. એઓ બધા જોડે છેતરપિંડી રમે છે, રમતાં જ હોય છે. આખરે પોતાની જાત જોડે પણ. એમની લેબોરેટરી લેબ, ચોપડીને પાને, નવા સંશોધનમાં દુર્દશા, અભાવ, અને હૈતમત હોય છે. જેમની પાસે કશું નથી, જેઓ અકીંચન છે તેમનામાં જ બધી ભલાઈ, બધા સદ્ગુણો ભર્યા છે, એવું એમનું નીતિવાક્ય હોય છે. એમના જીવનમાં બધું ઉત્તમ તથા સુંદર મળે એવી એમની ખ્વાહિશ હોય છે. અહા! એમની એ અંદરની ઇચ્છાનું રૂપ તેં જોયું હોય! રૂપ, જળ, યશ બધું અમને આપોઆપ આપોનું રટણ એમનું ચાલ્યા કરતું હોય. એમની ચોપડીને પાને કે લેબમાં પતિ સ્ત્રીને મહાન આલેખેલી વાંચી હોય તો ને, સતીત્વને એઓ કુસંસ્કાર હોય એ પ્રમાણે નિરૂપે છે. અર્થાત વ્યક્તિગત જીવનમાં એઓ શંકાભર્યા વાતાવરણમાં જ જીવતા હોય છે. પોતાની પત્ની પાસે ઉચ્ચ પ્રકારના એક નિષ્ઠ સતીત્વનો કરઉઘરાવવાની એ લોકો અપેક્ષા રાખે છે. આ દંભને મારે તોડવો

છે, વિજ્ઞાન જીવન અને વ્યક્તિજીવન વચ્ચે જે પડદો ટાંગેલો છે તે હટાવીને, લોકો અંદરથી કેવા છે તે મારે બતાવવું છે."

"પણ એમાં તમારું સન્માન જળવાશે ખરું મણીબેન?"

"સન્માન જાળવવાની વાત કરે છે તું ? સન્માન રહ્યું છે જ ક્યાં બેન!" કલાનત સૂરે મણી બોલી, "હું. શું લઈને જન્મી હતી, ને મેં મેળવ્યું છે પણ શું? મેં જિંદગીમાં બધું ગુમાવ્યા કર્યું છે. લગ્ન થયું, પણ કશું મળ્યું નહીં નેહા! ન નિશ્ચિત જીવન, ન નિશ્ચિત ઘર. ઊલટું હતું તે ગયું. ઉદાસીન પતિ, પોતે જ શોધેલ, એક વિકૃત, વિકલાંગ વેક્સિનમાં મોહાચ્છન્ન, પૈસા નથી. ચૂલા પર તપેલું ચડતું નથી. એ બધી ચિંતા, બધી જવાબદારી મારે માથે જ. આખા જીવનમાં કશી ઇચ્છ નથી, કશું સુખ નથી. નહીં તો ફક્ત જીવતા રહેવા માટે-ફક્ત જીવતા રહેવા માટે જેને પ્રેમ કરવાનો અભિનય કરવો પડે, તે જીવતા રહેવાની પ્રક્રિયાને હું પ્રેમ શી રીતે કરી શકું તું કહેશે?"

"ફક્ત અભિનય જ?"

અભિનય, અભિનય,અભિનય! નહીં તો," મણી અત્યાર સુધી કઠોરતાથી વાત કરતી હતી, તે એકાએક નેહાની પાસે બેસી ગઈ, "નહીં તો તું શું એમ ધારે છે કે તુચ્છ, માલ વગરના છોકરાને હું ..."

હાથ લંબાવીને એક ઓશીકું ખેંચીને મણીએ ખોળામાં લીધું. એને મોઢા આગળ લઈ જઈ એણે હસવું દબાવ્યું.

3

પ્રકરણ

બધી વાત પૂરી સાંભળ્યા પછી અમૃતે કહ્યું, "હું એમ્બ્યુલન્સ અપાવીશ." ગજવામાંથી ચેકની ચોપડી બહાર કાઢીને એણે પૂછ્યું, "કેટલા રુપિયા જોઈએ છે?"

રુપા એના ખુરશીના હાથા પર હાથ રાખીને ઊભી હતી. એણે જરા સંકોચ સહિત પૂછ્યું, "આપે તો અમને મૂંઝવણમાં મૂકી દીધાં. અમે કેવા માણસો છીએ તે જાણ્યા વિના જ આપ આટલા બધા રુપિયા આપવા તૈયાર થયા છો !"

"તમારે જરાયે મૂંઝાવાની જરૂર નથી." અમૃતે કહ્યું, "નેહા આગળથી મેં બધું જ સાંભળ્યું છે. આવા કામને માટે મને ઘણો ઉત્સાહ છે. તમને ખબર છે, પાંચ નારી કલ્યાણ કેન્દ્રોમાં હું દર મહિને દસ-દસ હજાર દાનમાં આપું છું. જ્યારે આ તો છે સેવા. એ સંસ્થાઓ કરે છે તેના કરતાં પણ ઉંચી, મહાન સેવા. ફક્ત સ્ત્રીઓનું જ કલ્યાણ નહીં, બધાની સેવા."

"હા જી." રુપાએ હળવે અવાજે કહ્યું. "બધાની સેવા. છોકરા, છોકરી, બાળકો બધાની સેવા માટે તો અમે તત્પર છીએ. હા ઘરડા, તમારા જેવા ઘરડાની પણ. અને કોરોના સામે ખાસ."

ઘરડો? કોરોના? એકાએક અમૃતના ગળામાંથી ખાંસી આવવા લાગી. ખાંસી બંધ પડતાં કહ્યું, "તમે બરાબર કહ્યું. ઘરડો." પછી એક નિ:શ્વાસ નાખીને કહ્યું, "તમે બરાબર કહો છો, ઘરડાની ચિંતા કોઈ કરતાં નથી હોતા. તો ચેક..."

"નેહાના હાથમાં આપી દેજો."

"હા, એ જ બરાબર છે." અમૃતે ઊભા થઈને કહ્યું, "તો હવે હું જાઉં."

"જરા શરીર બરાબર ઢાંકીને બહાર જજો. આજે બહાર ઠંડો પવન વાય છે. કાલે દવાખાને જઈ કોરોનાનો રિપોર્ટ કરાવજો. આપણે અહીંયાં હજી સુવિધા ઉપલબ્ધ કરવાની વાર છે. માસ્ક પહેરીને ફરો." અમૃતને શિખામણ બરાબર રુચી નહીં. ફક્ત ગળે મફલર વીંટાળવાની એણે કાળજી લીધી. આ બધી છોકરીઓ એને માટે શું ધારતી હશે? બંધ ગળાના કોટનનાં બટન ભીડતાં ભીડતાં અમૃતે વાંકી નજરે જોયું, કે એ છોકરીઓ તો બેદરકાર હતી. બધાએ બાંય વગરનાં બ્લાઉઝ પહેર્યા હતા, અડધા ખભા સુધી લૂગડાનો છેડો હતો, તો અડધો ખભો ખાલી હતો. પગમાં સપાટ હતી.

રસ્તા પર આવીને પણ અમૃતનો અફસોસ ઓછો થયો નહોતો. અફસોસની સાથે સાથે અત્યંત સમભાવે મિશ્રિત હતી ઉત્તેજનાની અનુભૂતિ. ખુરશીનાં હાથા પર હાથ રાખીને રુપા ઊભી હતી, એને એની બધી યુવતીઓની હાલત પણ કેવી હતી, મોટેભાગે ખભા પરથી છેડો ખસી પડતો હતો, અને વળી પાછો છેડો ઉપર લેતી હતી. એક બે વાર પાસે આવીને વાત કરતાં રુપાના વાળની એકાદ બે લટ, જાણે અમૃતને ઇશારો કરતી હોય તેમ હમણાં જ દાઢી કરેલા ગાલને આવીને સ્પર્શી જતી હતી. એની આંખોમાં તો વીજળી હતી, પણ એની લટમાં પણ કંઈ ઓછી વીજળી હતી? છોકરી પાછી કહે, "અમને ઓળખતા નથી, પિછાણતા નથી, ને આટલા બધા રૂપિયા એકદમ આપી દીધા? અરે, અજાણી, અપરિચિત જગ્યાએ અમૃત આ શું પહેલી વાર રૂપિયા આપે

છે?"

આ જાતની આદત પણ અમૃતને એક નશાની જેમ વળગી હતી. એ બસ પૈસા આપ્યે જતો. એકલદોકલ માણસ હતો, એને એટલા પૈસાની જરૂર પણ શી હતી? જે કંઈ આપતો હતો, તે તો કશી વિસાતમાં નહોતું.

નર્સના ઘરની આગળ અમૃત ઊભો રહ્યો. એ ઘરમાં પણ એકવાર જવું જ પડશે. અમૃતના ચિત્ત પર યુવતીઓનો નશો જોતજોતામાં ચડી જતો. એના મનમાં એમના જ વિચારો ચક્કર લગાવ્યા કરતાં.

શરીર મર્યું હતું, પણ મન મર્યું નહોતું, એ અત્યંત મર્માન્તિક કરુણતા હતી. અમૃત એના મૃતદેહમાં એક સજીવ, સક્રિય અને ક્ષુધાતુર મનને પોષતો હતો. નહીં તો નેહાને મુખે અરધી-પરધી વાત સાંભળીને છાનાછૂપા આ ઘરમાં દોડી આવવાની શી જરૂર હતી? છાના છપના એટલે નેહાથી પણ છાનાછપના. નરેન્દ્ર ગમે તેટલું આપત, પણ એનાથી ચાર ગણું અમૃતે આપ્યું તેથી નેહા રાજી હતી. રૂપા આગળ એનું માન રહ્યું, પણ માન રહેવા છતાં એના મનનો હિસાબ હજી ચૂકવાયો નહોતો. નરેન્દ્ર આગળ ફરજિયાત જ્ઞાની અમૃત આગળ પરાજયની ગ્લાનિ, અમૃત આગળ વિજય મળ્યો તેથી શું દૂર થઈ હતી? કોને ખબર. પણ આટલો બધો વિચાર કરવાની જરૂર જ ક્યાં હતી? જે સહજ મળે, એનું જ મૂલ્ય વધારે હોય છે. નેહાએ તે દિવસે પોતાની મેળે અમૃતને બે ગીતો સંભળાવ્યા. કાલે જ એ રૂપાને ચેક આપી આવશે. અને રસ્તા પર આવીને અમૃતએ મફલર કાઢી નાખ્યું. ભલે આજે જેટલી ઠંડી લાગવાની હોય તેટલી લાગે. કપાળ પરની નાડીઓમાં રક્ત પ્રવાહ જોરથી વહેતો હતો, ગળા આગળ, કાનની પાસે, ભલે ઠંડા પવનની ઝાપટ વાગે. કાલે ચ્યવનપ્રાશની માત્રા વધારે લઈ શકાશે ને જૂનું ધી. જરા વધારે વખત એનું માલિશ કરવું પડશે એટલું જ ને.

પરમની દુકાન આગળ આવીને એ ઊભો રહ્યો. બારીના સળિયા પાછળથી કોઈ ઝીણી નજરે એની તરફ જોતું હતું, એક મિનિટ ઊભા

રહીને એણે પાટિયું વાંચ્યું. કંઈક વિચારીને એ અંદર આવ્યો.

પરમ તરત જ ઊભો થયો. "આવો સાહેબ! બોલો શું જોઈએ?"

શું જોઈએ તે નક્કી કરવા અમૃતે આમતેમ નજર નાખી. દુકાનના રંગ ઢંગ જોઈને કોઈ આકર્ષક ચીજ મળે એમ એને લાગ્યું નહીં. એને લાગ્યું કે આમ ઝટપટ આ દુકાનમાં આવીને એણે ભૂલ કરી છે. એનો બાંધેલો ઝવેરી હતો, તેની પાસે જ જવું જોઈતું હતું. ખોટી દુકાને જઈને જેમ અજાણ્યો નવો માણસ શરમથી, ધીરે અવાજે જોઈતી વસ્તુ માંગે તે રીતે અમૃતે કહ્યું, "ભેટ આપવા જેવી કોઈ વસ્તુ છે?"

"છે સાહેબ! શું જોઈએ, બોલો? વીંટી, હાર?"

હાર લે તો બધાને તરત ખબર પડી જાય. અમૃત આ મહોલ્લાના ઝવેરીને આ વાતની ખબર પડી જાય તેમ ઇચ્છતો નહોતો.

એણે કહ્યું, "વીંટી જ આપો."

પરમના મોઢા પર એક અદ્રશ્ય હાસ્ય છવાઈ ગયું. એને બૉક્સ ઉઘાડી. "માપ ? આપને ચાલશે?"

માપ વિશે તો અમૃતને ખ્યાલ આવ્યો જ ન હતો. ચંપાના ફૂલ જેવી આંગળીઓમાં એ સોનાની બેડી પહેરાવશે, એ કલ્પનાથી એ ઉત્તેજિત થઈ ગયો. પણ પોતાની જાતને કાબુમાં રાખીને એ બોલ્યો, "મને લાગે છે કે આ જ માપ બરાબર છે."

કિંમતની બાબતમાં અમૃત કયારેય રકઝક કરતો નહોતો. લીલા કાગળમાં વીંટાેલી વીંટીને એણે ટપ કરતાં ખિસ્સામાં સેરવી દીધી. એક મોટી રકમનું એ સાહસ કરતો હતો. પછી આવી બાબતમાં તો સાહસ કરવું જ જોઈએ ને! ગીત સંભળાવ્યા તે શું વીંટી નહીં લે?

બારણું બંધ કરીને પરમ પાછો અંદર આવ્યો. કોઈ વીંટી લેશે. એમ કહીને તો એક જણ તે દિવસે વીંટી વેચી ગયો હતો. લે-વેચ, જીવવું-મરવું, એ સંસાર નદીના બે કિનારા છે. કથાકાર પાસે એનું તત્ત્વજ્ઞાન શીખી લેવું પડશે. એની બારીના સળિયા પાછળથી દેખાતું હતું કે બારીએ બારીએ રંગીન લૂગડાં ઝૂલતા હતાં.

કોરોના ગલીના શુષ્ક વાતાવરણમાં ધીરે-ધીરે પ્રાણનો ફરી સંચાર થતો હતો.

અતિ તીવ્ર વિતૃષ્ણામાંથી તીવ્રતમ તૃષ્ણામાં પરિવર્તન નેહાને પણ વિસ્મયજનક લાગ્યું. નહીં તો તે દિવસે નરેન્દ્રના ઘરમાં એણે સગી આંખે જ જોયું હતું, ને એ પાછી ફરી હતી, તે પછી એનું સમગ્ર ચિત્ત એનાથી વિમુખ થઈ જવું જોઈતું હતું. પણ ધૃણાની સાથે સ્નેહમાં ઝબકોળાયેલું અનુકંપન જડાયેલું છે. જે એક ઉધ્વમુખી દિવેટની જેમ છે ને સળગીને રાખ થઈ જાય છે.

ગુસ્સો જ આવવો જોઈએ? એણે તે દિવસે જોયું હોય, છતાં આંખની સાક્ષી કરતાં પણ કંઈ મોટી ચીજ છે, મનનો સાદ. એ મન જો રમતનું એક ઉપકરણ છે, તો નેહા બિચારી શું કરે?

પહેલા માળના ઓરડામાં અંધારું હતું. પગ જમીન પર મૂકતાં ઠરી જાય. આંખની પાપણો પણ ભીની થઈ જાય. જમીનની અંદરથી માટીના અસંખ્ય અદ્રશ્ય હાથ સિકતસ્નેહથી જકડી દે એવી પરિસ્થિતિ હતી. બારણું ઠેલતાં જરા અવાજ થયો. નરેન્દ્રએ આંખો ઉઘાડીને તાકવાનો પ્રયત્ન કર્યો, ને પૂછ્યું, "કોણ?"

નેહાએ કશો જવાબ ન દીધો. ને આગળ જઈને એના માથા આગળની બારી ઉઘાડી. ઓરડામાં તડકો આવ્યો. એ તડકાનો રંગ પણ ઝાંખો અને અસ્વભાવિક હતો. ક્ષયના રોગીની ખાંસીમાંથી બહાર આવતા લોહીના જેવો.

નરેન્દ્રએ ફરી પાછું પૂછ્યું , "કોણ મણી?"

નેહાએ દાંત વડે હોઠ દાબ્યા. "ના હું. મેં સાંભળ્યું કે તમારી તબિયત બગડી છે તેથી ખબર કાઢવા આવી છું."

"બહુ સારું કર્યું. બેસો. પણ તમે બારી કેમ ઉઘાડી?"

"વાહ! ઓરડામાં અજવાળું આવે એમ તમે નથી ઇચ્છતા?"

"ના." પછી આંખો બંધ કરીને નરેન્દ્ર બોલ્યો, "મને અંધારામાં જ ગમે છે. અંધકાર જ આદિ છે, એ જ પૃથ્વીનો અસલ રંગ છે, પ્રકાશ તો કૃત્રિમ પ્રસાધન છે. ઉપરનું અસ્તર છે, જે બધી જગ્યાએ પહોંચતું નથી."

આજે નેહાએ અહીં આવવાનું બહુ મોટું સાહસ કર્યું હતું. એના મનને ઘણું સમજાવ્યું હતું, ત્યારે એનાથી અવાયું હતું. નરેન્દ્રના પ્રલાયન આ વિકારથી પણ એ પરિચિત હતી. એક સ્નેહાળ સ્મિત કરીને એણે કહ્યું, "ભલે. અમને સ્ત્રીઓને તો પ્રસાધનની જરૂર હોય છે."

જરા ફરીને એ નરેન્દ્રના માથા આગળ આવીને ઊભી રહી. નરેન્દ્રની રોગશય્યા પર એની લાંબી છાયા પડી. નેહાએ પોતાની એ છાયાને ઓળખી કાઢી. રક્તમાંસ વિનાની કમનીય એક નારી મૂર્તિ નહીં, ફક્ત એક દંગી, નરેન્દ્રનો દેહ પગથી માથા સુધીનો માત્ર એક મેલી ચાદરથી ઢંકાયો હતો. જો ચાદર ખેંચી લેવાય તો નેહાની છાયા નરેન્દ્રના પગ પર જ પડે.

નરેન્દ્રનું મોઢું સુકાયેલું હતું પણ એની બંને આંખો ચળકતી હતી. એના હોઠ પર બાળકના જેવું સ્મિત ફરકતું હતું.

હૃદયના ઉડાણેથી કંપના રૂપમાં એક અનુભૂતિ એના આખા અંગમાં ફેલાઈ ગઈ એવો નેહાને અનુભવ થયો. એ અનુભૂતિનું નામ ફક્ત

કરુણા નહોતું, ના એ ફક્ત કરુણા નહોતી. નરેન્દ્રના કપાળ પર હાથ રાખીને એ બોલી, "ઓ... તમને આટલો બધો તાવ છે?"

એ હાથ ઉપર પોતાનો ગરમ હાથ રાખીને નરેન્દ્ર બોલ્યો, "કેટલો તાવ છે?"

એક ક્ષણમાં એ પોતાની જાતને ભૂલી ગઈ. પણ બીજી જ ક્ષણે ઊભી થઈને એ બોલી, "બહુ તાવ છે. દવા નથી લીધી? કોરોના તો નહીં હોય ને?"

"ના હોય, દવા ખાધી છે. પણ મને લાગે છે કે બીજી વાર દવા ખાવાનો વખત થઈ ગયો છે."

"દવા ક્યાં છે? કહો તો."

આમતેમ જોઈ નરેન્દ્ર બોલ્યો, "તમને નહીં ખબર પડે. મણી-મણીભાભીને ખબર છે. એને જ ક્યાંક મૂકી છે. એને બોલાવી લાવો."

એક દીપ્તિહિન જ્વાલા નેહાની બંને આંખમાં સળગીને બુઝાઈ ગઈ. એણે કહ્યું, "મણીબેન તો ઘરમાં નથી."

"નથી? ક્યાં ગઈ?" ખિન્ન ભાવે પોતાની દાઢી વધેલા ગાલ પર હાથ ફેરવતા નરેન્દ્ર બોલ્યો: "તો રહેવા દો. તમે મને એક પ્યાલો પાણી આપો."

આજે જો નીચે આવીને નેહાએ મણીને ઘેર તાળું ન જોયું હોત તો એ આટલું સાહસ કરત કે કેમ એ વિશે શંકા હતી. જો કે, એની તબિયત જોવા આવવું એ પણ એક નબળાઈ હતી. એક ચોરના જેટલી સાવધાની રાખવી પડી હતી. તો પણ નેહા નિશ્ચિત થઈને નરેન્દ્રના ઘરમાં આવી હતી.

પાણી લઈ આવીને પછી બોલી, "બોલો! બીજું શું જોઈએ?"

બધું પાણી પીને પછી નરેન્દ્ર બોલ્યો, "બીજું કશું નહીં." આમતેમ જોઈને ફરી બોલ્યો, "પણ પેલા ઘરના બધા ગયા ક્યાં? મને દવા આપવાની હતી, પાણી આપવાનું હતું, પથારી પરની ચાદર બદલવાની હતી."

"ચાદર ક્યાં છે તે મને કહો. હું બદલી દઉં."

નરેન્દ્રએ ફરીથી અસહાય, કરુણ એવું હાસ્ય કર્યું, "મને ખબર નથી. મણીભાભીને બધી ખબર છે."

નેહાએ હોઠ મરડ્યા. એ અસમાન વ્યક્તિ જોડે હરીફાઈમાં ઉતરી હતી. રુપાએ તે દિવસે મશ્કરી ના કરી હોત તો !

ધીમે ધીમે બારણું વાસીને એ ફરી ઓરડામાં આવી, પણ એની પ્રતિજ્ઞા વધારે દ્રઢ બની. નરેન્દ્રને બચાવવો જ જોઈએ. મણીને સર્વનાશક મોહની જાળમાંથી એનો ઉદ્ધાર કરવો જ પડશે.

"બારી બંધ કરો. મને અજવાળું જોઈતું નથી." નરેન્દ્ર રોગશય્યામાંથી કરેલી વિનંતીનો સૂર હજી એના કાનમાં ગુંજતો હતો. એને મણીની વાતનું સ્મરણ થયું. એ કહેતી હતી કે એ એક વિચિત્ર પ્રકારનો માણસ છે. જીવનમાં દુઃખ છે, જીવનમાં શોક છે, શરીર કોરોનાગ્રસ્ત છે. એણે પોતે પણ પ્રતિજ્ઞા કરી છે, કે આ કોરોના રોગમાં જ એ ખતમ થઈ જશે. નીચે ઉતરીને, વધારે નીચે આખરે ગુફામાં ભાગીને ઉપરની કાંકરાવાળી ધરતીના કઠોર સ્પર્શથી બચવા ઇચ્છે છે. નિરાલંબ આકાશમાં કે પાતાળમાં. જીવનના સંઘર્ષો સામે ઊભા રહી મુકાબલો કરવા નથી ચાહતો. માથું નીચું કરીને ભાગવાનો રસ્તો ઢૂંઢે છે. એના અસ્વસ્થ મનના વિકાસથી એક એવા જગતની રચના કરશે, કે જે અશરીરી હોય છે, જેમાં લોહીમાંસ-અસ્થિથી સમન્વિત એવું સ્થૂલ રૂપ

નથી હોતું. એકાદ અસ્પષ્ટ છાપને જ છાયાને જ જે સારવસ્તુ તરીકે ઓળખે છે. આંખ ઉઘાડીને જોવાનું સાહસ એ કરતો નથી, પૃથ્વીની બીજી બાજુ જોવાનું. એ પૃથ્વી તડકાથી સળગીને પથ્થર બની જતી નથી, પણ તડકાથી ઉજ્જવળ પણ બને છે; ફૂલ ખીલે છે, ધામ થાય છે, તો બરફ પીગળે છે; ને એ જ અજવાળું પ્રિયસહવાસનું સહનાતીત સુખ પણ આપે છે. એ સુખને પ્રાપ્ત કરવાનું સાહસ એનામાં છે ખરું. વચ્ચે વચ્ચે ગુફામાંથી મોઢું બહાર કાઢે છે, ને પાછું અંદર લઈ લે છે. એ જીવન, અથવા જીવનની વિડંબનાથી નેહા નરેન્દ્રને બચાવવા ચાહતી હતી.

સાંજે લેબોરેટરી લેબમાં જતાં રસ્તે મણી મળી.

"મણીબેન તમે ક્યારે આવ્યા?"

"થોડીવાર પહેલાં આવી બેન!"

"ક્યાં ગયા હતા?"

"એના વેક્સિનનું ટેસ્ટિંગ હતું ને ત્યાં. આજે પૂરું ટેસ્ટિંગ હતું, એથી મને ખાસ નિમંત્રણ અપાયું હતું."

ઇચ્છા નહોતી છતાં નેહાનો અવાજ જરા સખ્ત બન્યો, "તમે ટેસ્ટીંગ જોવા ગયા હતા, આ તરફ બિચારા નરેન્દ્ર."

"એકલા તાવમાં, ફાટેલી, જેમાંથી રૂ બહાર નીકળતું હતું એવી ગાદી પરની ચાદર કાઢી શરીર પર ઓઢી સૂતા હતા, એ જ વાત તારે કરવી છે ને? પણ એમની સેવા ચાકરી કરનારું માણસ તો હું અહીં રાખીને ગઈ હતી બેન!"

"સેવાચાકરી કરનારું માણસ!" નેહા જાણે ન સમજી હોય એવો દેખાવ કરીને બોલી, "કોણ વળી?"

જવાબ ન આપતાં મણીએ એક સેફ્ટી પીન આગળ ધરી નેહાને કહ્યું, "આને પકડ. જોઈ લે. તારી જ છે ને. નરેન્દ્રની પથારીની ચાદર બદલતી વખતે પડી ગઈ લાગે છે."

મણીના મોઢા તરફ જોવાની નેહાની હિંમત ચાલી નહીં. હાથ લંબાવીને એ પીનને લીધી, ને યંત્રવત એને બંગડીમાં ભેરવી દીધી.

નેહાની શોભીલી પડેલી મૂર્તિને જોઈને મણી મનમાને મનમાં હસી. આ કાચી ઉંમરની છોકરીને, લાલ લાલ થતી જોવાની, પકડાઈ જતાં, એના મુખ પરના શરમના ભાવો જોવાની એને ખૂબ મજા પડી. મણિની ઉંમર થઈ હતી આ ઉંમરે પ્રેમમાં વિશ્વાસ નહોતો, છતાં એ પ્રેમ કરતી હતી. એ છોકરીની ઉંમર નાની હતી, તેથી એ પ્રેમમાં પડી હતી, પડી હતી શાની, એ ફસાઈ હતી.

4

પ્રકરણ

મણી આખી ટેસ્ટિંગ જોયા વિના જ ચાલી આવી હતી. ત્યાંથી ભાગી આવ્યા સિવાય બીજો આરો ન હતો. આવું કંઈક બનશે એવું એને લાગતું હતું. આગળથી જ એને એની ગંધ આવી ગઈ હતી. જેવી રીતે કાંઈ અશુભ થવાનું હોય ને ડાબી આંખ ફરકે છે; અથવા તો હાથમાંથી અરીસો સરી પડે છે, તેવો કંઈ સંકેત એને મળી ગયો હતો. સ્ત્રીસુલભ અથવા વધારે સ્પષ્ટમાં કહીએ તો પશુલભ સહજાત, પણ લગીરે ભૂલ થાય ન થાય એવી ઘ્રાણેન્દ્રિયથી એને એ વાતની આગાહી થઈ હતી. નહીં તો આખો દિવસ પડદાની પેલી તરફ સૂતો-બેસતો મહેન્દ્ર જ્યારે કંઈક પ્રયોગો કરતો હતો. અડધી સળગેલી સિગારેટના ટુકડાઓની ઢગલી થતી, ત્યારે તો એના મનમાં એકવાર પણ થયું ન હતું કે જઈને જોઉં તો ખરી કે એ શું કરે, સંશોધન કરે છે. અથવા તો મહેન્દ્રની ગેરહાજરીમાં એકવાર પણ એની લેબોરેટરીના પ્રયોગો જોવાનું એને મન થયું નહીં. એ તો પડદાની પેલી બાજુએ બેસીને વાઘબંદી રમતી હતી, ને પોતાની રમતમાં જ મસ્ત હતી.

પણ આજે બપોરે મહેન્દ્રના મિત્ર સાહિલ જ્યારે આવીને પૂરી વેક્સિનનું ટ્રાયલ જોઈ જવાની ઇચ્છા દર્શાવી, ત્યારે એને કુતુહલ થયું. શરૂ થતાં પહેલા લેબોરેટરીના માલિક નાથુ જોડે વાતો થઈ સાથે બીજા પણ

બે એક જણ હતાં. કોઈએ તો એને પૂછ્યું પણ ખરું, "વૅક્સિન તો તમે પહેલાં પણ જોઈ હશે, એટલે અમે એને કેવી ટ્રાયલ કરી છે તે જ તમે જુઓ" મણી ફક્ત હસી હતી, કશું બોલી નહોતી. પછી શરૂઆત થઈ. લેબોરેટરીમાં સોપો પડી ગયો હતો. પાસે મહેન્દ્ર બેઠો હતો. બીજી તરફ સાહિલ બેઠો હતો. લાકડાની જેમ સ્થિરતાથી બેસીને મણીએ પ્રથમ ટ્રાય જોઈ. એને નવાઈ લાગી કે આ વૅક્સિન એણે જોઈ નહોતી. એમના તત્ત્વો વિશે પણ એ કશુંય જાણતી નહોતી, તોયે જાણે એ બધું સારી પેઠે જાણતી હોય એમ કેમ લાગતું હતું? જે માણસો પ્રયોગો કરીને, તત્ત્વની મિલાવટ કરીને સંવાદો બોલતા હતા, તેમને એ જાણે પહેલ-વહેલી જોતી હોય, એમ એને લાગતું નહોતું. જરૂર પડે તો આ વૅક્સિનના એકાદ-બે ડોઝ "ડ્રાય" પણ કરી શકે.

પ્રથમ ટ્રાય પૂરી થતાં મહેન્દ્ર ઉઠી ગયો. ગૃહમાંથી એને બોલાવવામાં આવ્યો હતો. જેમ જેમ વૅક્સિન ટ્રાય આગળ વધતી ગઈ હતી, તેમ મણીની અસ્વસ્થતા પણ વધતી જતી હતી. પાસેની બેઠક ખાલી હતી, પેલી તરફ સાહિલ હતો, જે મુગ્ધતાથી ટ્રાયલ જોતો હતો. બીજી ટ્રાયલ પૂરી થઈ પણ મહેન્દ્ર આવ્યો નહીં. મણીની બંને આંખોમાં આગ સળગતી હતી. એને ખબર હતી કે મહેન્દ્ર નહીં આવે, મણીની પાસે બેસવાનું સાહસ એ કરી શકે તેમ નહોતું. એ જ વખતે મણીના કપાળ પરથી પરસેવાના બિંદુઓ ટપકવા લાગ્યાં. વારંવાર રૂમાલથી મોઢું લૂછવા છતાં દેહ અને મનના સ્વેદરોમાંચને એ છૂપાવી શકે એમ હતું નહીં. હવે એને સમજાવવા માંડ્યું હતું કે શા માટે વૅક્સિનના તત્ત્વો એને પરિચિત લાગતાં હતાં. આગળથી તત્ત્વો એના જાણીતા હતાં.

ચોથી ટ્રાયની શરૂઆતથી એ વધારે સહી શકી નહીં. મણી એકાએક બેઠક છોડીને ઊભી થઈ. સાહિલની તરફ જોઈને બોલી, "મારું સખત માથું દુ:ખે છે, મને જરા ઘેર પહોંચાડી જશો?"

સાહિલ તન્મયતાથી ટ્રાયલ જોતો હતો. જરા નવાઈ પામીને એણે પૂછ્યું, "આખર સુધી વૅક્સિન ટ્રાયલ જોવી નથી?"

"મારું માથું સખત દુખે છે, ચક્કર પણ આવે છે, સાહિલ! આખર સુધી જોવા બેસવું તો લાગે છે કે મારો શ્વાસ બંધ થઈ જશે ને હું મરી જઈશ." અત્યંત ઠંડા, નિર્જીવ કંઠથી મણી બોલતી હતી. એમાં જરા જેટલી પણ ઉત્તેજના નહોતી તો પણ સાહિલના કાનને એનો અવાજ બસૂરો લાગ્યો. એણે વેધક નજરે મણીની સામે જોયું.

આખું પ્રેક્ષકગૃહ મુકબધીર થઈ ગયું હતું. તો પણ સાહિલને લાગ્યું કે મણીનું મોઢું, જેની પર એક પણ લિસોટો ન પડ્યો હોય એવું, પથ્થરની દીવાલ જેવું, હતું, ને એની બે આંખો આગિયાની જેમ ચળકતી હતી, ને એનું હૃદય જોરથી ધડકતું હતું.

"તો મહેન્દ્રને બોલાવું?" સાહિલે પૂછ્યું.

"એમને હેરાન કરવાની શી જરૂર છે? હસતાં હસતાં શાંત ભાવે મણીએ કહ્યું, "એ ઘણાં કામમાં છે. તમે મને મૂકીને પાછા આવો ત્યારે એમને કહેજો કે તબિયત બગડી એટલે હું ઘેર ગઈ."

વેક્સિન ટ્રાયલનું કામકાજ 6 કે 6:30 એ પૂરું થયું. પણ મહેન્દ્રને ઘેર આવતાં એક વાગી ગયો હતો. કશું બોલ્યા વગર, બારણું બંધ કરીને એ ચૂપચાપ સુવા જતો હતો, તે વખતે મણી ઊઠીને પથારીમાં બેઠી થઈ ગઈ હતી.

"તું ઊંઘી ગઈ નથી?"

"ના." કહીને મણી ઊઠીને ઊભી થઈ. ત્રાસેલી, ગુસ્સે ભરાયેલી એ જઈને બારણાંને કડી મારી આવી.

"સાહિલે મને કહ્યું કે, તારી તબિયત બગડી ગઈ હતી, એટલે પૂરી વેક્સિન ટ્રાયલ જોવા વિના તું...."

"તેથી જ બહુ વહેલાં ઘેર આવ્યા ખરું ને? મારી તબિયત કેવી છે તે જોવા." અંધારામાં મણીના અવાજમાં અસ્વભાવિકતા હતી. જાણે એણે એના મોઢા પર મહોરું ન પહેર્યું હોય! જોતજોતામાં એ મહોરું એણે ખસેડી નાખ્યું, ને પથારીમાં આવીને મહેન્દ્રને ગાઢ આલિંગન આપ્યું. "તમારી વેક્સિનમાં મને એક તત્ત્વનો ઉમેરો કરવા દેશો?"

મહેન્દ્ર અભિભૂત થઈ ગયો. વિહ્વળ, ગળા જોડે જકડાયેલી મણીને જરા દૂર ખસેડીને બોલ્યો, "શી વાત કરે છે?"

મણી પાછી બેઠી થઈ ગઈ. જાણે ફરી મહોરું પહેરી લીધું હોય. હોઠ મરડીને આવેગથી એણે કહ્યું, "- શા માટે? મારી જ સલાહ, મારા જ કીધેલાં તત્ત્વો, ને હું વેક્સિન ટ્રાયલ નહીં કરી શકું?" પછી એ જ સૂરમાં બોલવા લાગી, "તમારા સ્ટાફ ચંપા, દામિ ને ચંચળ કરતા હું મારા અનુભવની વેક્સિન સારી રીતે ટ્રાયલ કરીશ."

નિસ્પંદ મહેન્દ્રને બીજી ક્ષણે મણીનું હાસ્ય સંભળાયું. એમાં અનેક ભાવો મિશ્રિત હતા. "તમે છેતરપિંડીનો આ સારો ધંધો કરવા માંડ્યો છે, ઘરેલું ઉપયોગમાંથી વેક્સિન શોધવાનો. પૈસા કમાવાનો બહુ સરસ રસ્તો શોધી કાઢ્યો છે! પણ મારો અનુભવ મને આપતા તમને કયાં વાંધો આવે છે. ચાલો ને." પ્રગલ્ભાથી, ઝડપથી મણી બોલ્યે જતી હતી. "ચાલોને, એથી તો ઉલટી વધારે સારી કમાણી થશે. ઘરગથ્થુ જ ઉપયોગમાં લેવાનું છે, ત્યાં પૈસા બહાર જતા રહે એ તો ખોટું."

મહેન્દ્રથી મણીનો નિષ્ઠુર, એ નિર્લજ્જ પ્રલાપ હવે વધારે સંભળાય એમ હતું નહીં. એ બારણું ઉઘાડીને બહાર આવતો રહ્યો. એનું માથું ગરમ થઇ ગયું હતું, એને થોડા ઠંડા પવનની જરૂર હતી. અને, રુદ્ર શ્વાસે, પથારીમાં ઊંધી સૂઈને એણે ઓશીકામાં મોઢું દાબી દીધું. આંખનાં આંસુ વહેતા હતાં. ભલે વહેંતાં. આખું શરીર આકુળ અશ્રુમય ચેતનાથી છલોછલ ભર્યું હતું, એમાંથી થોડી ચેતના આંખમાંથી વહી ગઈ તોયે શું?

બધું જ વ્યર્થ ગયું હતું. એમાં જરાય શંકા નહોતી. મહેન્દ્રની આંખની સામે આટલા દિવસ મણીએ જે કંઈ કર્યું હતું તે એની જગ્યાએ બીજો કોઈ પતિ હોત, તો ખરેખર ગાંડો થઈ જાત.અર્થાત મહેન્દ્રને બધી ખબર હતી, એની આંખો ખુલ્લી જ હતી, પણ એની આંખોમાંથી અગ્નિ ન વરસ્યો; પણ મનમાં એણે બધી વાતની નોંધ કરી રાખી, ને આટલા દિવસે એણે એ બધું વેક્સિનમાં ઉતારી તૈયાર કરી.

અને આજે આટલા દિવસો પછી મણીને સમજાયું કે મહેન્દ્રએ સ્વચ્છંદતાથી વર્તવાની જે છૂટ આપી હતી, જોયું ન જોયું કર્યું હતું , સમજતો હોવા છતાં ન સમજવાનો ડોળ કર્યો હતો, તેની પાછળ એક સુપરીકલ્પિત આયોજન હતું.

એના ચિત્તમાં ધીરે ધીરે એક વેક્સિન તૈયાર થઈ હતી. તેમાં એણે થોડા વાયરસના રંગ પૂર્યા હતા. મણીને એણે પોતાને માર્ગે જવા દીધી હતી, તે એટલા માટે કે એ એનું બારીકાઈથી નિરીક્ષણ કરી શકે, ને એથી વેક્સિનને શક્ય તેટલી પૂર્ણ અસરકારકતા આપી શકે.

મહેન્દ્ર અસરકારકવાદી વૈજ્ઞાનિક હતો. સંવેદના વિનાનો સંશોધન પ્રધાન વૈજ્ઞાનિક, મણી તો એની રસસૃષ્ટિના રસાયણનું એક ઉપકરણ માત્ર.

આખરે એક દીર્ઘ નિશ્વાસની સાથે મણીનું બધું રુદન સુકાઈ ગયું. ધીરે-ધીરે એણે ઓશીકામાંથી મોઢું બહાર કાઢ્યું. આખું મોઢું અશ્રુથી ભીંજાયું હતું, ગાલને ઓશીકામાંથી બહાર આવેલા રુનાં રૂંછાં લાગ્યા હતાં, થોડા વાળ પણ ગાલને ચોંટી ગયા હતા. ચાંદલાનું કંકુ ભીંજાઈ ભીંજાઈને આખા કપાળ પર છાઈ ગયું હતું.

એના મુખ પર આછું સ્મિત પણ ફરક્યું. માણસ આવી ભૂલ કરી શકે! એણે તો ધાર્યું હતું કે મહેન્દ્રને નરેન્દ્રની અદેખાઈ આવશે. આટલા વર્ષોથી મનની જોડે રમત રમતાં રમતાં મહેન્દ્રનું મન કઠણ થઈ ગયું

હતું. આ બાજુ બેસીને જ્યારે મણી નરેન્દ્રની સાથે પાના કે વાઘબંસી રમતી હતી, ત્યારે કદાચ મહેન્દ્ર પડદાની પેલી બાજુથી ધારી ધારીને જોતો હશે. જાણે પાળેલી બિલાડીને મણી વહાલ કરતી હોય એવો ભાવ મહેન્દ્રના મુખ પર હોવો જોઈએ.

નરેન્દ્ર મણીનું રમકડું હતો, તો મણી મહેન્દ્રનું રમકડું હતી. આમ ખરું જોતા એક જ જાતનું ચકરડું ફર્યા કરતું હતું.

મણીએ લૂગડાનાં છેડાથી ઘસી ઘસીને મોઢું લૂછયું. વાળ સરખા કરીને; લુગડું વ્યવસ્થિત કરીને એ પાછી સૂઈ ગઈ. આટલી સહેલાઈથી એ હાર કબૂલવાની નહોતી. રમત કંઈ એક દાવમાં થોડી પૂરી થાય !

5

પ્રકરણ

આખો દિવસ બધા પોતપોતાના કામમાં પરોવાયેલા હતા; સાંજ પછી બધા એક પછી એક પોતપોતાના માળામાં આવી પહોંચતા, કોરોના ગલીમાં.

સ્ટવ ઉપર પાણી મૂકીને રૂપા સામે બેઠી હતી; અને નાના નાના મૂડા લઈને છોકરીઓ બેઠી હતી; નીતા, સરોજ, સાયરા. કોઈ કોઈ વાર કોલેજમાંથી પાછી આવતા નેહા પણ એ લોકો જોડે ભળતી.

પાણીમાં ચાની પત્તી નાખી, ઢાંકણું ઊંધું કરીને રૂપા બોલી, "તમે બધા જે કંઈ ઉઘરાવી લાવ્યા હો તો આપી દો જોઉં."

"રૂપાજી તમે તો જાણે પઠાણ જેવી ઉઘરાણી કરવા લાગ્યાં. જરા ઊભા તો રહો, ચા પીને આપીએ."

નીતા તથા સરોજ આજે   ₹500-500 લઈ આવ્યા હતા. સાયરાને થોડા વધારે મળ્યા હતાં, હજાર રૂપિયા. 2000 રૂપિયા નાની પર્સમાં મૂકતા-મૂક્તા રૂપા બોલી, "શરુઆત ખરાબ ન કહેવાય. પણ આપણે તો ઘણા બધા રૂપિયા જોઈએ છે. રોજ-રોજ કંઈ કોઈ આપણને કેસ માટે બોલાવવાનું નથી. ઘરમાં પણ થોડી મરામત કરાવવી પડશે. છાપામાં

જાહેરાત આપી હોત તો સારું થાત."

"બધું ધીરે-ધીરે થશે રુપાજી."

થશે એ તો રુપા પણ જાણતી હતી. ઘણું ખોયા પછી આ એકમાત્ર આશા હતી તેથી જ તો રુપા આજે આ બધી છોકરીઓને એકઠી કરીને બેઠી હતી. જાતજાતની મુશ્કેલીઓ વેઠીને આજે એને લાગતું હતું કે એ આત્મનિર્ભરતાને રસ્તે આગળ વધી છે. એના પગ નીચે કઠણ માટી છે કે જેની પર એ નિર્ભરતાથી ઊભી રહી શકે. નર્સના જીવનના મહાનવ્રત વિશે ગદગદ કંઠે ઉલ્લેખ કરતાં ડૉક્ટર વિકાસ પાસેથી જે સન્માન અને જે સ્વીકૃતિ આ છોકરીઓને મળ્યાં નહોતાં, રુપાએ એમને હૈયાધારણ આપી હતી કે એમને એનો પૂરો બદલો આ નવા જીવનમાં મળી રહેશે.

હોસ્પિટલમાં એક પછી એક દ્રશ્યો જાણે એઓ કોઈ ચલચિત્ર જોતાં હોય તેમ એમની આંખ આગળથી પસાર થતાં હતાં. ટૂંકો પગારને બીજા ચા પાણીના થોડા પૈસા મળી રહેતાં. બહુ કડક મિજાજની ગરીબડા, કોરોના રોગીના આસપાસ ફર્યા કરતાં; ઘણા સમયથી પથારીવશ રોગીનાં આત્મીય સ્વજનો પ્રત્યે તો એ રોગીઓ મમતા તથા કરુણ લાગણીની આશા રાખતાય પણ રોગીઓ એમની તરફ સહાનુભૂતિની નજરે જોઈ રહેતા; એમની મમતાની, કોમળ ભાવની અભિવ્યક્તિની રાહ જોતા; જોને બદલે એ નસી રોગીને ધમકાવતી, દબડાવતી, કોરોના દર્દીને અડતી નહીં, ખાવાનું દૂરથી સરકાવી દેતી, હોસ્પિટલના સંચાલકો એમની તરફ કઠોરતાથી વર્તતા તો નસી એ કઠોરતા રોગીઓને પધરાવી દેતી. ડૉક્ટર વિકાસની આદર્શને સેવાની મોટી મોટી વાતોનું આવું પરિણામ આવતું.

એ બધા કરતાં તો રુપા જોડેનું આ નવું કામ અનેક ગણું સારું હતું, અહીં પણ કંઈ પૈસો જોઈએ એટલો મળે એમ નહોતું. અહીં પણ પૈસાની મુશ્કેલી તો હતી, તેમ છતાં પણ અહીં રુચિને અનુરૂપ પૈસો મેળવાય એમ હતું. પૈસા મેળવવાની સાથે ભાવના હતી કે, ન તો એ લોકો છેતરાશે કે ન તો કોઈને છેતરશે.

રૂપાએ નિશ્વાસ નાખ્યો. આખી બપોર ઊંઘી હતી એટલે શરીરમાં આળસ ભરાઈ હતી. ઊંઘમાંથી ઊઠે છે ત્યારે એનું મોઢું વાઘણ જેવું લાગે છે, એમ છોકરીઓ કહેતી. વાઘણ! "અલી! તમે વળી કેટલી વાઘણ જોઈ નાખી કે મને વાઘણ જોડે સરખાવો છો? તમે લોકો વલસાડમાં તો મોટા થયા, ફૂટપાથથી ટ્રામમાં ઉતરી પાછાં ફૂટપાથ પર."

ચાના પ્યાલામાં ચમચી ફેરવતાં ફેરવતાં રૂપા બોલી, "સરોજ! આજે તને આવતાં મોડું થયું, એટલે મને ઘણી ચિંતા થઈ. પેલા બાળક જેવા ડોસાએ તને છોડી નહીં કે શું?"

"ના. રૂપા! દવા આપી, કામળો ઓઢાડી, આવતી હતી ત્યાં ડોસો મને બોલાવીને કહે, જરા ચોપડી વાંચી સંભળાવને."

"ને તું વાંચી સંભળાવવા બેસી ગઈ ખરું?"

"તે ન વાંચી સંભળાવું? રોજના   ₹50 આપે છે. મારા સિવાય એ ડોસાને કોઈનો વિશ્વાસ નથી. છોકરા, વહુ, સંગાસંબંધી કોઈનો નહીં. કહેતો હતો કે સારો થઈ ગયા પછી મને લઈને જાત્રાએ જશે."

"શી વાત કરે છે! એ ડોસાની દાનત બગડી લાગે છે."

"ના. એનું મન તો નિર્મળ છે. એ બિચારો મારે માટે સારો છોકરો પણ શોધે છે."

"સરોજ! તારું અધઃપતન જોઈને મને દુઃખ થાય છે. તારાથી કોઈ છોકરો શોધાયો નહીં. આખરે દલાલી આપીને ડોસાને એ કામ સોંપવું પડ્યું." એમ કહીને ખભા પર ટુવાલ નાખી રૂપા નાહવા ચાલી ગઈ.

"તૈયાર થઈ જાઉં. તમે લોકો જરા બેસો. મારે તો રાતનો ઉજાગરો છે."

રાતનું કામ રૂપા જાતે જ કરી લેતી. કહેતી, "રાતે કેસમાં તમને લોકોને મોકલતાં જીવ નથી ચાલતો. હજી તમે કાચી ઉંમરની, તમને સતાવે ને પાછી આવવા જ ન દે તો?"

એ બધા જાણતા હતા કે રૂપા જવાબદારીના પુરા ભાનથી આ બધું કરતી હતી. આ છોકરીઓ હજી છોકરવાદ હતી. આખો દિવસ મહેનત કરીને બે પૈસા ઘરમાં લાવે છે, એ જ ઘણું. એ લોકોને માથે રાતનો ઉજાગરો મારવાની જરૂર પણ શી છે? રાતનો ઉજાગરો વિચારી કુમળી છોકરીઓને ભારે પડે.

રૂપા નાહીને પાછી આવી. હજી એની પાંપણો પર, સેંથામાં, ને કાનને ટેરવે જળબિન્દુઓ ચમકતા હતા, એટલું જ નહીં પણ હડપચી પર, ગળા પર, નાકને ટેરવે સાબુનું ફીણ પણ લાગ્યું હતું. રૂપા ચણિયો ને કમર આગળથી ગળા સુધી કોરું લૂગડું વીંટાળીને નાહીને ચાલી આવતી હતી. અહીં તો સ્ત્રીઓનું જ રાજ્ય હતું. અહીં કંઈ શરીરનાં અંગો બરાબર ઢાંકીને લજ્જા સાચવવાનો સવાલ નહોતો. લૂગડાના છેડાથી મોઢું લૂછતાં લૂછતાં રૂપાએ બધાંના મોઢા તરફ તાકીને જોયું.

"આમ મોઢું ફાડીને શું જોઈ રહી છે?"

મોઢા પર લૂગડાનો છેડો ઢાંકીને હસતાં હસતાં નીતાએ કહ્યું, "તમને જોઉં છું વળી, તમને બહાર મોકલવામાં જોખમ રહેલું છે, રૂપા! તમારા રૂપનો ચાર આની ભાગ પણ અમારી પાસે હોત..."

"ચાર આની!" પાછળ ફરીને લૂગડું પહેરતી રૂપા ડોકું ફેરવીને બોલી, "ચાર આની શું, બે આની હોત તોયે તું અત્યારે કમાય છે તેના કરતાં વધારે કમાત એમને? પણ ગાંડી, પૈસાથી થોડું સુખ જ મળે છે? તું જોતી નથી, હું ગોળ મટોળ થતી જાઉં છું તે." થોડું રુંવાટાં વાળો, પરિપુષ્ટ હાથ જરા આગળ કરીને એ બોલી, "આ બધું જોઈને પણ શું કોઈ મારી પાસે આવવાની હિંમત કરે એમ તું માને છે? ઉંમરને કારણે નહીં તો

ચરબીને કારણે બધા મને દૂરથી નમસ્કાર કરવાના."

રૂપા સજાવટ કરીને બહાર જવાની તૈયારી કરતી હતી ત્યાં સરિતા આવી. એ જ્યારે જ્યારે આવતી હતી, ત્યારે ચૂપચાપ આવતી. આવીને ઊભી રહે ત્યારે જ ખબર પડે કે એ આવી છે. બારણાંની બહાર ઊભી રહી, ધીમેથી એક પગના જોડાનો સહારો લઈને બીજા પગનો જોડો કાઢે, પણ ત્યાં તો બધાની નજર એની પર પડી છે એ જોઈને સરિતા શરમાઈ જાય.

રૂપા કહે, "જોડા પહેરીને જ ઘરમાં આવતા તને શું થાય છે સરિતા? આ કંઈ મરજાદી વિધવાનું ઘર નથી, કે કોઈ અભડાઈ જવાનું હતું."

સરિતાના મોઢા પર વધારે શરમના શેરડા પડતા ને એના ગાલ લાલ લાલ થઈ જતાં.

નીતા પૂછતી, "સરિતા! ભાગીને આવી લાગે છે?"

એટલે સરિતા આંખ ઉંચી કરીને જુએ, "કેમ રે! શું હું આમ આવતી નથી?" એક દીર્ઘ શ્વાસ બહાર કાઢી, રૂપા ક્ષોભનો અભિનય કરતી બોલે, "તું વળી ક્યાં આવે છે સરિતા! તને પેલો મેડિકલ સ્ટુડન્ટ મળ્યો એટલે તું શાની આવે? અમને તો એની અદેખાઈ આવે છે. એની જોડે પાકે પાચે ક્યારે થશે? કહે તો ખરી, એનામાં શું જોઈને મોહી પડી? એ શું મારા કરતાં પણ વધારે રૂપાળો છે?" રૂપાએ વાંકી ગરદન કરીને એના પર મીટ માંડી.

સ્નાનથી ચમકતું મોઢું, ખેંચેલી ભમરો ને તાણીને બાંધેલા વાળ, એની તરફ આંખ ઠેરવીને વાત કરતાં સરિતાનો અવાજ કાંપ્યો, જાણે હમણાં રડી પડશે એમ લાગે એવી મુખભંગીથી એ બોલી, "એમ કેમ કહો છો, રૂપાજી! હું તો વારંવાર આવું છું. જરા ફુરસદ મળી કે અહીં આવી પહોંચ્યું છું."

એ ફુરસદ જ આજકાલ બહુ ઓછી મળે છે સરિતા! તું એની જોડે આવશે એમ કહેતી હતી, પણ આજેય એને લઈ આવી નહીં. એમ મુખ્ય બારણું ખોલીને બહાર તમારી રાહ જોયા કરીએ, ત્યારે તું બીજે બારણે આવીને ઉભી રહે ને બારણું ઉઘાડવાની રાહ જુએ."

રુપાને જવાનો સમય થઈ ગયો હતો તેથી, નહીં તો એના તાતાં તીર જેવા વેણે સરિતાને આજે જરૂર રડાવી હોત.

જ્યારે કોઈ બાબતનો જવાબ આપી શકાય એમ ન હોય ત્યારે મનને ગમે તેટલું તૈયાર કરો તો પણ ખુલાસો આપી શકાય નહીં, અને ત્યારે રડવું જ આવે. સરિતા પણ મનમાં તો જાણતી હતી, કે ભલે કડવી વાત કહેતી હોય પણ સાચી વાત કહેતી હતી. પણ એની આગળ સરિતા કેમે કરીને સાચી વાત સ્વીકારી શકતી નહોતી. આજે પણ સુરાગ, પેલો છેવટના વર્ષમાં ભણતો મેડિકલ સ્ટુડન્ટ, આવશે એમ ધારીને એને ક્યાં સુધી રાહ જોયા કરી, સાથે સિનેમા જોવાનું નક્કી પણ કર્યું હતું. નક્કી કરેલે સમયે, નક્કી કરેલે સ્થળે, સરિતાએ પોતાની રાહ જોયા જ કરી. દોઢ કલાક સુધી એણે રાહ જોઈ. સાત વાગી ગયા એટલે થાકીને અહીં ચાલી આવી.

બારણે આવીને ઉભી રહે ને બારણું ઉઘડવાની રાહ જુએ. એમ રુપા દીદી એ કહ્યું હતું તે શું ખોટું હતું? સરિતા મનોમન પોતાના નાનકડાં સુખી ગૃહસંસારની કલ્પના કરતી હતી. એ કલ્પનાને કારણે દિવસને અંતે જ્યારે એ થાકી ગઈ હોય, કે રાતના ઊંઘ ન આવતી હોય, કે ઊંઘ ઊડી ગઈ હોય, ત્યારે એ હર્ષ વિભોર થઈ જતી. જો કે કોરોના સેવાસદનની યોજનામાં એ ઉત્સાહથી સાથ આપતી હતી, પણ તેનું કારણ તો એ હતું કે એને હોસ્પિટલના કામથી દૂર ભાગવું હતું. લક્ષ્ય હતું માત્ર કોરોના દર્દીઓની સેવા.

એ વખતે બારણા પર ટકોરા પડ્યાં. રુપાએ બારીમાંથી ડોકિયું કર્યું ને માથું નીચે નમાવ્યું.

"કવખતે આ કોણ આવ્યું પાછું? સાંજે બહાર નીકળાય એમ લાગતું નથી." નોકરાણીએ આવીને બારણું ઉઘાડ્યું. કોઈ જોડા પહેરીને ખટખટ અવાજ કરતું બીજે માળે આવતું હતું. ગળું ખોખારીને એણે પૂછ્યું, "રૂપા દેવી ઘરમાં છે કે?"

નોકરાણીએ કહ્યું, "જોઈ આવું કોણ છે તે?" પછી રૂપાએ કહ્યું, "જે હોય તેને ઓફિસમાં બેસાડ."

દાદરની સામેનો ઓરડો ઓફિસ તરીકે વપરાતો. બંધ બારણું ઠેલીને રૂપા એ ઓરડામાં આવી. અંદર જતા રૂપા બે ડગલા પાછી હઠી, ને એવી રીતે ઓફિસમાં ગઈ કે કોઈએ એને અંદર જતાં જોઈ નહીં. બધાએ પેલા ઓરડાની વાતચીત થોડી પણ સાંભળવા મળે એ માટે કાન સરવા કર્યા હતા. ચોંકી ગઈ હોય એવે અવાજે રૂપા બોલતી સંભળાઈ, "તમે !"

ભારે ગળામાંથી નીકળતો અવાજ સંભળાયો, "હા," હું પણ પહેલા તો તું મને તું કહીને બોલાવતી હતી ને? બરાબર યાદ નથી. ઘણા વર્ષો થઈ ગયા ને? બેસવાનું કહે છે કે મારે જ ખુરશી ખેંચીને બેસવું પડશે?"

"બેસો."

ખુરશી ખેંચાતી હોય એવો અવાજ સંભળાયો.

"શા માટે આવ્યો છું, ઝટપટ કહી નાખવા મને ન કહેતી, એ અમારી વિનંતી. એકાદ સિગારેટ પીવા દે, ત્યાં સુધીમાં આમતેમ નજર નાખી લઉં."

"મારું સરનામું ક્યાંથી મળ્યું?"

ફસ કરતો દીવાસળી સળગાવવાનો અવાજ આવ્યો, "રૂપા, તારી ઉંમર

30 વર્ષની થઈ, છતાં તું જાણે નાની છોકરી હોય એવો સવાલ પૂછે છે. તને ખબર તો છે ને કે હું એક જાણીતો પત્રકાર છું. આખી દુનિયાની ખબર મારા નખને ટેરવે અને વલસાડ શહેરમાં એકાદ ખોવાયેલા માણસનું સરનામું ન ખોળી કાઢું એવો બબૂચક ધાયો મને તે?"

"હું કોઈ ખોવાઈ નથી. મારી પોતાની મરજીથી ચાલી આવી છું."

દાંતે જીભ અડકાડી ડચ ડચ અવાજ કરતી સામી વ્યક્તિ સંભળાઈ: "ખબર છે, તું ખોવાઈ નથી, ખોવાયોતો હું હતો. તે તો સારી પેઠે તબિયત બનાવી છે, તને જોઈને લાગે નહીં કે તું જ પેલી રૂપા છે."

કડક શબ્દોમાં રૂપા બોલતી સંભળાઈ, "કામની વાત કરો. પેલા ઓરડામાં છોકરીઓ છે, તેનો ખ્યાલ રાખો."

"છોકરીઓ? અરે હા, તું તારા આશ્રમની છોકરીઓની વાત કરે છે ખરું જણાવજે એટલે હું તરત ચાલી જઈશ."

"તમારે જવાનો વખત થઈ ગયો છે."

જોરથી સિગારેટનો દમ ખેંચવાનો અવાજ સંભળાયો. આવનારે કહ્યું, હાંકી કાઢવાનો બહુ સારો રસ્તો અખત્યાર કર્યો છે! પણ તું મને નકામી શંકાની દ્રષ્ટિએ જુએ છે, રૂપા! જોતી નથી હું પૂરો બદલાઈ ગયો છું તે? તારો સ્પર્શ કરીને હું કહી શકું કે મેં મારી બધી બૂરી આદતો છોડી દીધી છે. મારી છાતી 37 ઇંચની થઈ છે. હવે હું સ્વસ્થ સરળ નાગરિક બની ગયો છું. તો જાણીને રાજી થશે કે મેં ફરીથી લગ્ન કર્યા. એક છોકરો પણ જન્મ્યો છે. તને નવાઈ નથી લાગતી?"

"એમાં નવાઈ પામવા જેવું શું છે?"

"મારો છોકરો છે તે? કંઈ આંધળો નથી, એને કંઈ ખોડખાંપણ નથી, એ સાંભળીને પણ તને આશ્ચર્ય નથી થતું?"

"ના. પણ તમે હવે જાઓ, મને પણ મોડું થાય છે."

"અત્યારના પહોરમાં શાનું મોડું થાય છે? હજી તો આઠ વાગ્યા છે. તમારું કામકાજ આટલું વહેલું શરૂ થઈ જાય છે રૂપા! રહેવા દે, ભવાં ચડાવવાની કશી જરૂર નથી. હું કામ માટે જ આવ્યો છું. બારણું બરાબર વાંસી દે."

પછી કશું સંભળાયું નહીં. લગભગ પાંચેક મિનિટ પછી દાદર પરથી કોઈ જોડા પહેરીને ઉતરતું હોય એવો ખટખટ અવાજ સંભળાયો તેમ છતાં ઓરડાનું બારણું બંધ હતું, રૂપાનો કશો અવાજ સંભળાતો નહોતો.

ધીમે ધીમે બારણું હડસેલી છોકરીઓએ અંદર નજર નાખી. એડી પર ચાલતી ચાલતી અંદર ગઈ. ટેબલ પર મુકેલા બંને હાથની વચ્ચે માથું ઢાંકીને રૂપા બેઠી હતી. છોકરીઓના પગલાંના અવાજથી એણે માથું ઊંચું કર્યું. ધ્રૂજતી પાંપણમાં એની આંખો ઝરતી હતી. ને લાલ પણ હતી.

રૂપા ધીમે ધીમે ઊઠીને ઊભી થઈ ને એણે વાળ સરખા કર્યા. એણે દર્દભર્યા સૂરે કહ્યું, "બહુ મોડું થઈ ગયું. કાલથી મને લાગે છે કે એક ગુરખો દરવાન રાખવો પડશે."

પછી રૂપા બીજું કશું બોલી નહીં. એના પર મંડાયેલી અનેક કુતૂહલભરી આંખોને કશો ખુલાસો મળ્યો નહીં. બહારથી બારણું બંધ કરીને એ ઉતરી ગઈ.

બીજે દિવસે બપોરે ક્લાસ નહોતો. ખાઈને નેહા અગાસીમાં જઈને વાળ સુકવતી હતી. એણે જોયું તો સામેના ઘરની બારીમાંથી રૂપા એને બોલાવતી હતી.

"શું કરો છો? અહીં આવોને. આપણે વાતો કરીએ."

છોકરીઓ બધી પોત પોતાને કામે બહાર ગઈ હતી. રૂપા નાહીને પરવારી હતી. એની આંખમાં, મોઢા પર કોઈ ઠેકાણે રાતના ઉજાગરાનો થાક વર્તાતો ન હતો, અથવા તો કાલ સાંજની ગ્લાનીનું પણ કશું ચિન્હ નહોતું. માથા પર બે બાલદી પાણી નાખીને એ બધો ભાર એણે ધોઈ નાંખ્યો. મોઢાની રેખાઓ પણ સહજ થઈ ગઈ હતી. એની આંખોમાં પરિહાસનો ભાવ હતો.

ઓશીકા પર માથું રાખીને રૂપા આળસ મરડતી હતી. એણે પાન ખાધું હોય એમ પણ લાગતું હતું. એણે ધીમે સાદે નેહાને પૂછ્યું, "કાલે સાંજે તમને ઘણું વિચિત્ર લાગ્યું હશે, નહીં?"

નેહા સ્મિત કરતી રૂપાની સામે જોઈ રહી. કશું બોલી નહીં.

"કેમ કશું પૂછવાનું પણ મન થતું નથી?" આજે રૂપાએ નિખાલસતાથી પોતાની બધી વાતો નેહાને કહેવાનો પાકો નિર્ણય લીધો હોય એમ લાગતું હતું.

"કાલે એ કોણ આવ્યું હતું?" નેહાએ પૂછ્યું કે નહીં એવી દ્વિધાનો આખરે એણે પ્રશ્ન પૂછીને અંત આણ્યો.

"ઓળખતા નથી?" હમણાં હમણાં બહુ નામીચો થયેલો એવો છાપાનો ખબરપત્રી છે. એને ઓળખતા નથી? એ જો ખુશ થાય તો બધાં છાપાઓમાં આપણા કોરોના સેવાસદનો સારો એવો પ્રચાર થાય. ને-" જરા અટકીને રૂપા બોલી, "જો રોષે ભરાય તો ગંદો પ્રચાર કરીને આપણી ખુદદો કાઢી નાંખે."

"મારી જોડે એનો કેવો સંબંધ એ જાણવાની આતુરતા છે તમને? ના,ના તમે ધારો છો એવું કંઈ નથી એ કંઈ મારો પ્રેમી બેમી નથી. મારો વર હતો."

"તમારો વર!"

એની જેટલી ચપળતા હતી તે બધી ગળામાં ઢાળીને રૂપાએ કહ્યું, "નવાઈ લાગે છે! નર્સનું કામ કરું છું. તેથી મારે વર પણ ન હોય એમ તમે માનો છો? તો સાંભળો. આ પત્રકાર સાથે મારા વિધિસર અગ્નિ સાક્ષીએ, મંત્રો ભણીને લગ્ન થયા હતાં. એનું છ મહિના સુધી મેં ઘર પણ માંડ્યું હતું. બીજું પણ સાંભળવાની ઇચ્છા થાય છે ને? જરા સ્ટવ પર ચાનું પાણી મૂકી દો ને. આજે પથારીમાંથી ઉઠવાની ઇચ્છા જ થતી નથી."

સૂતાં સૂતાં ડાબા પગના અંગૂઠાની જમણા હાથના તળિયાને ઘસતી ઘસતી રૂપા બોલવા લાગી.

6

પ્રકરણ

તે દિવસે ધીરે-ધીરે પોતાની વાત કહેતી હતી. એક એક કરીને ફોડીને બદામ ખાવાની જેમ; અથવા તો શરીરમાં સંતાડેલા ઘાને દેખાડતી હોય તેમ ઘા શાનો, એ તો સુકાઈ ગયો છે, આજે તો એનો ડાઘ રહી ગયો છે, આંખો વડે દેખાય કે ન પણ દેખાય. ઊંધી સૂઈને ચાના પ્યાલામાં ચમચી હલાવતાં હલાવતાં, છૂટા વાળને ઓશીકા પર ફેલાવીને એ પોતાની વાત કહેતી હતી.
"મારા પણ લગ્ન થયાં હતાં, એ પત્રકાર સાથે, એ પછીની વાત સાંભળો." રૂપા બોલી.

"લગ્ન તો થયાં, પણ માણસ તદ્દન ખરાબ નીકળ્યો. એ માણસ મને લગ્ન પહેલાં પણ ગમતો નહોતો, મારા લગ્ન પહેલાં પણ મારી માને ત્યાં આવતો હતો . ને મારી મા મીડવાઈફ હતી. અમે તો બેન! બે પુરુષની ધાત્રી. સ્થૂળ ચહેરો, કર્કશ સ્વર, હલકી રસિકતા, એ બધાંને કારણે એ માણસ જાણે પરાયો હોય, નીચ હોય એવું મને લાગતું. તે પણ મેં ચલાવી લીધું, દાયણની છોકરીને આટલા થોડા પૈસામાં પરણવાને બીજું કોણ તૈયાર થવાનું હતું?"

"લગ્ન પણ કર્યા, એટલું જ નહીં પણ પતિને પ્રેમ આપવાની પણ મેં

મનોમન તૈયારી કરી હતી. ગુજરાતી છોકરી, ધણી સારો ન લાગે તો પણ એને પ્રેમ કરતાં એને આવડે છે બેન! બેન, તમારા સમ, ખરું કહું છું, પ્રેમ કરવું જરૂરનું પણ હતું. હું વીસ વર્ષની થઈ હતી. મારું સ્વાસ્થ્ય પણ સારું હતું, સોળથી એકવીસ વર્ષ સુધીનું જીવન, અંદરની વાસનાઓને દબાવી દબાવીને દાંત ભીંસીને વિતાવ્યું હતું. હવે વધારે વખત એ જાતનું જીવન વિતાવાય એમ હતું નહીં. વિચાર કર્યો કે, લગ્ન કરવાથી કદાચ મનને નહીં બચાવી શકું પણ શરીરને તો બચાવી શકીશ. બંનેને એક સાથે બચાવી ન શકાય, ને એમ જ થયું."

"તમારા લગ્ન થયા નથી બેન! એટલે તમે બધી વાત સ્પષ્ટ રીતે નહીં સમજી શકો. તો પણ એટલું તો તમને કહી શકું કે, મારી ધારણા ફળી નહીં. હું તો બંને તરફથી ઠગાઈ. ન સંતોષાયું મન, ન સંતોષાયું શરીર."

"કેમ?" ભાવાવેશમાં રાતી આંખે નેહા તરફ જોતી જોતી રૂપા પોતાની વાત કહેતી હતી. નેહાએ મોહાછત્ર ક્ષીણ અવાજે પૂછ્યું, "કેમ?"

"કેમ?" નેહાના સવાલનું રૂપાએ પુનરુચ્ચારણ કર્યું, ને જરા હસી. "લગ્ન પછી થોડા દિવસ તો એણે વરતાવા દીધું નહીં. જાત જાતનાં બહાના કાઢતો. તે પછી એક દિવસે-એક અઠવાડિયું પણ વીત્યું નહોતું ત્યાં મને બધું સમજાઈ ગયું. મારા પતિને તો ગરમીનો રોગ થયો હતો. હું દાયણની દીકરી ખરીને, અમને એમ સમજતાં વાર ન લાગે. મેં જરા સખત શબ્દોમાં એને પૂછ્યું, ત્યારે એ છૂપાવી શક્યો નહીં. એણે સ્પષ્ટતાથી કબૂલ કર્યું. 32 વર્ષ વીશીમાં વિતાવ્યા હતાં એટલે લગ્ન કરવાની શક્તિ તો હતી નહીં. એનો વાંક પણ શી રીતે કાઢું? વધારે નહીં, એક દિવસ, બહુ બહુ તો ત્રણ દિવસ, પણ રોગ લાગવાને એટલા દિવસો ધણાં હતાં. ક્ષણના સ્વર્ગ માટે એણે અક્ષય રોગ ભોગવવાનું ખરીદી લીધું હતું.

"એ આઘાતમાંથી બહાર આવતાં મને વખત ન લાગ્યો. મનની આગથી મેં રુદનને સૂકવી નાખ્યું. મને યાદ છે કે મેં એને અત્યંત રુક્ષ અવાજે પૂછ્યું હતું, "તો તમે મારું સત્યાનાશ શા માટે વાળી નાખ્યું?"

ત્યારે એ માથું નીચું કરીને બેઠો રહ્યો ને પછી બોલ્યો, "શું કરું? લોભ ખાળી ન શક્યો. હવે મને પસ્તાવો થાય છે."

"પસ્તાવાની વાત સાંભળીને મને હસવું આવ્યું હતું. તેથી શાસ્ત્રીય દ્રષ્ટિએ પ્રાયશ્ચિત થતું હશે, પણ ભૂલ થોડી મટવાની હતી?"

"પછી?" નેહાએ પૂછ્યું.
ઓશીકાને સારી રીતે કોણીની નીચે દાબીને રૂપાએ થોડીવાર બંને હાથથી મોઢું ઢાંકી દીધું. પછી તૂટેલે સાદે કહ્યું, "બધું જ કહીશ. ખરી કસોટી તો ત્યાર પછી શરૂ થઈ. એની જોડે રહેવાય એમ તો હતું જ નહીં. પહેલા અમારી પથારી જુદી -જુદી થઈ, પછી જુદા -જુદા ઓરડામાં સૂવા માંડ્યું. પણ બે ઓરડાની વચ્ચે કડી તો હોય છે. મારી શરમની શી વાત કરું, હું ફક્ત એનો જ વિશ્વાસ નહોતી કરતી એવું નથી, મારી જાતનો પણ વિશ્વાસ મને નહોતો. કેટલું શરમજનક કહેવાય કે દેહની જ્વાળામાં લગભગ બે અઠવાડિયાં તો કાઢ્યાં, એ હું તમને શી રીતે સમજાવું? જુદા-જુદા ઓરડામાં દીર્ઘ રાત્રીનું એકાંત જાણે આગની જેમ ઉરને સળગાવતું હતું. આંખમાં આગ, જીભમાં આગ, છાતીમાં આગ, હોઠમાં બધે આગ જલતી હતી. જઈને નળની નીચે બેસી પાણીની ધારાથી આગ શમાવવાનો પ્રયત્ન કરતી હતી, પણ વધું અફળ જતું, આખરે એક દિવસ કડી ઉઘાડી નાખી!"

"ઉઘાડી નાખી!"

"હા, તે પછી દિવસે, છાપવામાં એક કામ કરતો હતો ત્યાં, રાતનું કામ એણે માગી લીધું. એણે કહ્યું, "એ જ તો સારું છે. તારા શરીરમાં હું મારો રોગ સંચારિત કરવા ઇચ્છતો નથી." મેં પણ કહ્યું, "એ જ તો ઠીક છે. આંધળું, ખોડખાપણવાળું બાળક હું સહી નહીં શકું." પણ આ તો અમારી પીછે હઠ હતી. એ કંઈ સમસ્યાનું સમાધાન નહોતું. એમને એમ બીજો એક મહિનો વીત્યો. રોજ રાતના 09:00 વાગ્યે એ બહાર જતો રહેતો, ને હું બારણા ને કડી વાસી એકલી રાત્રી વિતાવતી. આખરે એક દિવસ મેં જાતે જ સમસ્યાનો ઉકેલ શોધી કાઢ્યો. એ મિથ્યા ,ધિક્કારપાત્ર

જીવનને તિલાંજલિ આપી. એ ઘરમેં છોડ્યું. સેંથી માંથી સિંદૂર, જે સૌભાગ્યની મજાક જેવું હતું તે ભૂંસી નાખ્યું. હોસ્પિટલની નોકરી લઇ લીધી."

પાછું ઓશીકામાં માથું ઢાંકીને, રૂપાએ શ્વાસ લીધો. પછી ઊઠીને ઊભી થઈને વાળને સરખાં કરી બાંધતાં બાંધતાં બોલી, "આજે આટલે દિવસે એ આવ્યો, બધું પતી ગયું છે. એણે પાછા લગ્ન કર્યા. એ મને સંભળાવી ગયો કે સ્વસ્થ, ખોડખાંપણ વિનાનો એક છોકરો પણ જન્મ્યો છે. સમાજમાં એની પ્રતિષ્ઠા બંધાઈ છે- એની બીજી વહુ મરી ગઈ. એ મને કહી ગયો કે એ મને ફરી પાછી એને ત્યાં લઈ જવા ચાહે છે. તો કહો, હું જાઉં કે નહીં?"

"મને શી ખબર પડે? તમને જે ઠીક લાગે તે પ્રમાણે કરો."

"તમે કંટાળ્યા છો? હવે કંઈ પાછું જવાય? હોસ્પિટલના કામને લીધે મેં જાતજાતના માણસો જોયા. સાધુ, સ્વાર્થી, પ્રૌઢ ને કાચી ઉંમરના જુવાન. ઘણા વખતથી જીવનને જોયું છે. ઘણા આઘાતો સહન કર્યા છે, ઘણાં પ્રલોભનોથી બચી છું.આજે મને કશાનો મોહ નથી. મેં એટલું બધું રોગી જીવન જોયું છે કે એ પટભૂમિકામાં સ્વસ્થ ને બલિષ્ઠ જીવનની કલ્પના પણ હું કરી શકું છું. શરીરને ઉઘાડી દીધું હોવા છતાં મનને તો સાહસ કરીને જાગતું રાખ્યું છે. તે પછી કેટલીક છોકરીઓના સહયોગથી આ કોરોના સેવાસદનને સાકાર કરવા માંડી છે. એ બિચારી મારું મોઢું જોઈને આવી છે. હવે એમને તરછોડીને, બધું ભાંગી તોડીને, જાઉં તો લોકો મારી હાંસી જ ઉડાવે ને?"

નરેન્દ્રએ ઉપર જોયું ને નેહાનાં પગલાંનો અવાજ સાંભળીને કહ્યું, "આવો." જરા હસવાનો પ્રયત્ન કરતાં કહ્યું, "ફક્ત તમને આવો એટલું જ કહી શકું છું. બેસો કહેવા માટે જોઈતું સાધન આ ઘરમાં નથી."

"સૂતા સૂતા શું કરતા હતાં?"

"ડાંડાઓ ગણતો હતો. જૂના ઘરમાં આ રીતે સમય વિતાવવા એક સારી સગવડ હોય છે, નેહા! ડાંડાઓ હોય છે, જે ગણતાં વખત નીકળી જાય. નવાં ઘરોમાં તો એવું કંઈ હોતું નથી, એટલે આજના રહેવાસીઓ અન્યમનસ્ક થવાના એક સ્થિર અવલંબનથી વંચિત રહી જાય છે."

"હવે તો તમે સારા થઈ ગયા છો." નેહાએ માથા આગળની બારી ઉઘાડતાં કહ્યું, "હવે જરા ફરવા પણ જઈ શકો. જુઓ તો, બહાર કેવો સરસ તડકો છે!" એની લાંબી આંગળીઓ વડે એના લાંબા, વિખરાયેલા વાળને સરખા કરીને પાછળ કરતાં નરેન્દ્ર ભીંતને અઢેલીને બેઠો. એ ખિન્નતાથી બોલ્યો, "તમારી વાત તો બરાબર છે. પણ હું જાઉં ક્યાં? કોને ત્યાં જાઉં? લોકો મને અભડસેટથી જોય છે. નજીક આવતા તો ઠીક, દૂરથી શબ્દોની આપ-લે કરવા પણ તૈયાર નથી. હું ભલે કોરોના સંક્રમિત શંકાસ્પદ દર્દી છું." ખાટલાનો છેડો બતાવીને કહ્યું, "બેસોને ત્યાં. સારું થયું કે તમે આવ્યા. કોઈ વાત કરનાર મને મળ્યું." એકાએક નેહાના મનમાં શું આવ્યું તે એણે પૂછી નાખ્યું, "મણીબેન આવતા નથી?"

"ક્યારેક આવે છે." એની સુકાયેલી, પીળી પડી ગયેલી હડપચી પર હાથ ફેરવતો નરેન્દ્ર બોલ્યો, "આવીને તરત ચાલી જાય છે. પણ બંને વખત, પીરસીને થાળી લઈ આવે છે, એટલું ઘણું છે." બબૂચકની જેમ નિરર્થક હાસ્ય કરીને બોલ્યો, "હમણાં હમણાં તો એને બેસવાનું કહેવાની પણ ઈચ્છા થતી નથી. કારણ કે બેસવાનું કહીએ તો મારું માથું દુ:ખે છે, અથવા મારે કામ છે એવો જ જવાબ સાંભળવો પડે છે. મણીભાભીને એટલું બધું શાનું કામ રહે છે તેની તમને ખબર છે?"

નેહાએ કહ્યું તો ખરું કે "શી ખબર," પણ ખરેખર એ થોડુંક જાણતી હતી. મહેન્દ્રની વેક્સિનની ત્રણ ટ્રાયલ થઈ ગયા હતાં, ને ચોથી વેક્સિન ટ્રાયલ પણ લગભગ પૂરું થવા આવ્યું હતું. મહેન્દ્ર હમણાં હમણાં મોટાભાગનો સમય બહાર જ વિતાવતો. મણી પણ ઘણું ખરું બહાર જ ફરતી હતી. નરેન્દ્ર દ્વારા તો મહેન્દ્રને દબાવી શકાયો નહીં, એટલે હવે

મહેન્દ્રને પરાસ્ત કરવાનો મુશ્કેલ માર્ગ ઢુંઢવાના ચક્કરમાં ફસાઈ હતી.

થોડા દિવસ પહેલાં નેહા મણીને સીધી પૂછી પણ શકત. પણ હમણાં બંને વચ્ચે ઘણું અંતર પડી ગયું હતું. મણી નેહાને બનતાં સુધી ટાળતી. મળે તો હસતી બહુ ઓછું, ને વાત તો એનાથી પણ ઓછી કરતી.

"હજી ખાવાનું મળ્યા કરે છે" નરેન્દ્ર બોલતો હતો, "કેટલા દિવસ મળશે તે ખબર નથી. ઘેરથી આ મહિનાના પૈસા હજી આવ્યા નથી. તમને ખબર છે કે હજી હું પરાવલંબી છું. આ તરફ ડોક્ટર દવા લેવાનું કહે છે, એક ટોનિક, પણ એટલા પૈસા ક્યાંથી લાવું? આ જોડા જ ફાટ્યા છે તે સંધાવાતા નથી!"

"એ બધી ચિંતા હમણાં ન કરતાં." નેહાએ એને શાંત પાડ્યો, "જ્યાં સુધી તદ્દન સારું ન થાય, ત્યાં સુધી પડ્યા પડ્યા ચોપડી વાંચ્યા કરો."

"ચોપડી જ ક્યાં છે? નરેન્દ્રએ હતાશાથી કહ્યું, "ખરીદવાના પૈસા જ ક્યાં છે ?

એના પાલવમાંથી નેહાએ એક ચોપડી બહાર કાઢી, નવીનકોર ચોપડી હતી. એ હતી એક અતિ આધુનિક કવિતાની ચોપડી.

"જોઉં, જોઉં," નરેન્દ્રને ચોપડી જોવાની ઈંતેજારી ખૂબ વધી ગઈ. નેહાને તોફાન કરવાનું સૂઝ્યું, ને એણે ચોપડીને પાછી પાલવમાં સંતાડી દીધી, ને નરેન્દ્રને ટટળાવવા માંડ્યો. નરેન્દ્ર ચોપડી ખેંચવા જતાં નેહાના શરીર પર ઢળી પડ્યો. નબળું શરીર, એ કદાચ સમતુલા નહીં જાળવી શક્યો હોય . થોડીવારે, બંને જણ જ્યારે બેઠાં, ત્યારે નેહાનો પાલવ નરેન્દ્રની મુઠ્ઠીમાં હતો, એમની અલગતામાં ગાબડું પડ્યું હતું. ને ચોપડી પથારીમાં અધી ઉઘાડી પડી હતી.

ચોપડીના પાનાં ઉથલાવ્યાં ત્યારે તો નરેન્દ્રનું આશ્ચર્ય ઘણું વધી ગયું, "આ તમારી ચોપડી છે? કવિતાની ચોપડી તમે ખરીદી છે? તમે કવિતા

વાંચ્યો છો?"

ત્યારે નેહા જરા જરા હાંફતી હતી. જોરથી લેવાતા શ્વાસથી છાતી ઊંચી નીચી થતી હતી એની આંખની કીકીઓમાં વિચિત્ર ભાવ વર્તાતો હતો. સંગ માટેની આતુરતા. હાથ લંબાવીને ખોટા ગુસ્સાનો ભાવ દર્શાવતી એ બોલી,

"જુઓ તો, તમે આ શું કર્યું? મારો હાથ મરડી નાખ્યો."
નરેન્દ્રએ ચોપડી ઉઘાડી આંખની સામે રાખી હતી. કોનો હાથ મરડાયો, કેમ મરડાયો, એ વાત તરફ એનું બિલકુલ ધ્યાન નહોતું.

નેહાએ ધીરે-ધીરે હાથ ખેંચી લીધો. બોલી, "મેં જ ચોપડી ખરીદી છે. તમને એમ લાગે છે ને કે હું કવિતામાં શું સમજું? પછી નરેન્દ્રને ચકિત કરવાને એણે ચોપડી ખેંચીને એક કવિતા ધીરે ધીરે વાંચી સંભળાવી. ચોપડી બંધ કરી. માથું નીચું કરીને બોલી, "મને લાગે છે કે આ યુગના કવિઓને હું ધીમે ધીમે સમજવા લાગી છું."

જવાબમાં નરેન્દ્રએ એક કવિતા વાંચી સંભળાવી. ધીમે ધીમે વખત વીતતો ગયો. એકાદ કવિતા વાંચન, પછી વાતો, થોડીવાર વાતો, થોડીવાર કવિતા વાંચન એમ કરતાં કરતાં સાંજ પડી ગઈ. ધીમે ધીમે સરતો સરતો તડકો ક્યારે ઓરડાની ભીની જમીનને છોડીને ચાલી ગયો. તે ખબર ન પડી. વાતાવરણ ઠંડુ થવા લાગ્યું. તે દિવસે નરેન્દ્રએ એને સ્પર્શ કર્યો હતો, ગરમ કપાળ પર એનો હાથ દાબી રાખીને એને પૂછ્યું હતું, "કેટલો તાવ છે?" આજે પણ એવી જ ઉત્તેજક અનુભૂતિ માટે નેહા તરસી બની હતી, થોડીવાર પહેલા પણ તો ચોપડીની ખેંચા ખેંચી થઈ હતી. એ ખેંચા ખેંચી સમયના સ્પર્શે એના શરીરમાં ઝણઝણાટી ઉત્પન્ન કરી હતી, એનામાં ચેતના ફેલાવી હતી. બે ચાર ક્ષણો વીતી હશે, છતાં એનું આખું શરીર વિણાના તારની જેમ ઝંકૃત થયું હતું અને એનું મન એ સંગીતથી રણકતું હતું.

એકદમ ચોપડી બંધ કરીને નરેન્દ્રએ કહ્યું, "હવે વાંચવાનું ગમતું નથી.

આવો એના કરતાં-"

નેહાએ કાન સરવા કર્યા ને હવે નરેન્દ્ર શું કહેશે એ સાંભળવા એ જરા એની બાજુમાં ખસી પણ ખરી.

"આવોને. પાના રમીએ, નહીં તો વાઘબંદી."

નેહા ઉઠીને ઊભી થઈ ગઈ. શુષ્ક અવાજે એણે કહ્યું, "મને તો પાના રમતા આવડતું નથી."

"વાઘબંદી?"
"એ પણ નહીં. તમે એના કરતાં સૂઈ જાઓ. નબળું શરીર છે, પાછો રોગ ઉથલો મારશે."

ઘેર પાછા આવ્યા પછી પણ એની ઉત્તેજના ઓછી ન થઈ. આ શરમની વાત એ કોને કહે? કોની આગળ એ કબૂલ કરે કે આ કેટલાય દિવસની સુખમય કલ્પના નિષ્ફળતાને વરી છે? પોતાની જાતને નરેન્દ્રની રુચિને અનુરૂપ બનાવવા, અણગમતા સાહિત્ય પ્રત્યે પણ એણે અભિરુચિ કેળવવા માંડી હતી. એને ગમતું નહોતું છતાં આધુનિક કાવ્ય એ વાંચતી હતી, કૉલેજના પુસ્તકાલયમાંથી ફક્ત કવિતાની ચોપડીઓ લઈને એ વાંચતી હતી. એના પાઠ્યપુસ્તક ખરીદવાના પૈસાથી એ કાવ્યસંગ્રહો ખરીદતી હતી. એ લજ્જાહીન ચિત્ત પ્રસાધન હતું. ફક્ત એની એક જ નેમ હતી, નરેન્દ્રને મુગ્ધ કરવાની, એને મહાત કરવાની.

કેવી મૂર્ખાઈ ! કેવી મૂર્ખાઈ! આજે તો એ જોર જોરથી પોતાની બડાઈ હાંકવા ગઈ હતી. જોર જોરથી એ પોતાની રીતે વિવેચન પણ કરતી હતી. કોને ખબર હતી કે એની પાસે બેસીને જ્યારે નરેન્દ્ર ઉચ્ચ કક્ષાની સાહિત્યિક વાતો કરતો હતો, મનથી તો એ નારીના સાંનિધ્યથી ઉત્તેજિત બન્યો હતો. જે સ્ત્રી વાઘબંદી રમે, પણ બંદી થાય નહીં, જેને કવિતા માટે જરા સરખી પણ અભિરુચિ ન હોય. કાવ્યજિજ્ઞાસા વિશે મોટા મોટા વિવેચકોના ભારે મંતવ્યો, તાજેતરમાં જ વાંચીને એ ટાંકતી

હતી, ત્યારે મનમાં મનમાં નરેન્દ્ર હસતો હતો કે નહીં તે કોણ કહી શકે?

તો પણ નેહા પરાજ્ય સ્વીકારવા તૈયાર નહોતી. નરેન્દ્રમાં શાનો અભાવ હતો, તે એ સારી પેઠે જાણતી હતી. આ બધા રુચીવિકાર ગરીબીને કારણે ઉત્પન્ન થયાં હતાં. એ સારી રીતે નહોતો ખાઈ પી શકતો, કે નહોતો પહેરીઓઢી શકતો, કોઈ ટોનિકનું નામ લેતો હતો. નેહાએ નક્કી કર્યું કે ગમે એમ કરીને એ ટોનીકનું નામ લેતો હતો. નેહાએ નક્કી કર્યું કે ગમે એમ કરીને એ ટોનીક નરેન્દ્રને લાવી આપવું. મણીના નશામાંથી એને ઉગારવો પડશે.

નશાની વાતથી નેહાને હસવું આવ્યું. નરેન્દ્રનો એને પણ નશો ક્યાં નહોતો ચડ્યો, પણ એમાં ખોટું શું હતું? એ નશો તો ઉજાગરાવાળી આંખના ખૂણામાં લોહી બાઝી ગયું હોય તેના જેવો હતો. કલ્યાણી બાગના દિવસો એને યાદ આવ્યા. પણ મસાલો ભરીને સાચવી રાખેલા મુદ્દાની જેમ એ બધી સ્મૃતિને સંઘરી રાખીને કામ શું? જે ખતમ થયું તેને ખતમ થવા દેવું જ જોઈએ. શરીર વર્તમાનમાં હોય ને મન ભૂતકાળમાં વહેતા પાણીમાં હોય, એ વિડંબનાનો અંત આવવો જ જોઈએ.

મણી ! મણી ! જેટલી વાર એણે એ નામનો ઉચ્ચાર કર્યો તેટલી વાર એનું મન વધારે ને વધારે ધૃણાથી ભરાતું ગયું. એને તો ખબર હતી કે મણી કેવી છે. નરેન્દ્રને ખબર નહોતી મણી હવે એની તરફ નજર સરખી નહીં કરે. મહેન્દ્રને ફટકો મારવાની એની જીદને લીધે તે હમણાં બીજા ગ્રુપમાં ધૂમે છે.વેકસિનમાં મહેન્દ્ર સફળ થયો, તો મણી બીજી કંપનીમાં સફળતા મેળવવા પ્રયત્ન કરે છે. કોઈએ મણીને હૈયાધારણ આપી છે કે એ એને આપણા કંપનીની વેક્સિનની જાહેરાતમાં તારિકા બનાવશે. એથી ખ્યાતિ પણ ઘણી મળશે, ને અઢળક પૈસો પણ. હમણાં હમણાં મણી જેની જોડે ફરે છે તેનામાં એક બે જણને તો નેહાએ પણ કોલેજથી આવતાં-જતાં જોયા હતાં. એમાં નેહાએ જરાય ભૂલ થાપ ખાધી નહોતી. એ બધા શક્તિશાળી, મધ્યવયના લોકો હતા. પહેરવેશમાં ઉડીને આંખે વળગે એવાં સળવાળા પાટલૂન, કડક અસ્ત્રીવાળા ખમીસ; ને માં

કાળીની જીભ જેવી ભડાક રંગની ટાઈ. આમ મણી મહેન્દ્રની સાથે જાણે હોડ રમે છે.

એ મણીની બોડમાંથી નરેન્દ્રને બહાર ખેંચી કાઢવા નેહા કટિબદ્ધ બની હતી. પણ મણી જેમ એના સર્વનાશને માર્ગે લઈ જઈને નહીં, એને કલ્યાણને માર્ગે ચડાવીને. એને દવા આપીને, એની સંભાળ લઈને, એને સ્નેહ આપીને.

બીજે દિવસે નેહાના બાપુજી જોડે બાજી રમીને પરમ નીચે ઉતરતો હતો. નેહાએ પાછળથી એને બૂમ પાડી, "જરા સાંભળો તો."

પરમએ પાછા વળીને જોયું. એના કપાળની રેખાઓ જરા તંગ થઈ, પણ હસીને બોલ્યો, "બોલો શું છે?"

આમતેમ જોઈને નેહાએ એના હાથમાં એક વીંટી મૂકીને ધીમેથી ઉત્તેજના ભર્યા સૂરે કહ્યું, "આ રાખીને તમારે મને થોડા પૈસા આપવા પડશે. ઘણી જરૂર પડી છે. આપી શકશો ને?"

પરમે હાથ લંબાવીને વીંટી લીધી, "આપી શકીશ, અત્યારે તો રૂપિયા નથી, કૉલેજ જતી વખતે પૈસા લઈ જજે. ચાલશે ને?"

"ઠીક" નેહા ખુશ થઈ ગઈ, "એક બીજી વાત. મારા બાપુજીને આ કશી વાત કરશો નહીં એટલી વિનંતી."

"ભલે" ડોકું ધુણાવી પરમ રસ્તા પર આવ્યો. વીંટી એણે સાવધાનીથી સંતાડી. એ મનમાં મનમાં હસ્યો, આ વીંટી પાછી એની પાસે આવી હતી. એ વારંવાર જતી ને વારંવાર પાછી આવતી; પણ અનુચ્ચારીત છતાં અર્થપૂર્ણ ભાષામાં એ પોદ્દારના કાનમાં ઘણી ખાનગી વાતો કહેતી, કોરોના ગલી સજીવ બની હતી. સારી વાત હતી.

7

પ્રકરણ

બહુ સાધારણ વાતમાં નેહાએ અમૃતનું અપમાન કર્યું. બહુ નજીવી વાતમાં તેના ત્રણ દિવસ પછી નેહાના મોટાભાઈને ભાભી ઘર છોડીને ચાલ્યાં ગયાં.

કોરોના ગલીમાં ચમત્કારિક કશું બનતું નહોતું. આવા નાના નાના પ્રસંગો બનતાં. જરા ફફડાટ, જરા બોલાબોલી, ને ઘડીમાં ઘણાઘણી ને ઘડીમાં મોઢું ન જોવાનો સંબંધ. પછી નેહાને લાગેલું કે તે દિવસે મણીબેનના બારણા આગળ અમૃતને ચોરની જેમ ઊભેલો જોઈને એણે તરત મિજાજ ગુમાવ્યો એ ઠીક ન કર્યું. અમૃતને એ ઓળખતી ન હતી એવું થોડું હતું? અમૃત અવિનાશોચિત વર્તન તો કરતો હતો. એ તો પાળેલો કૂતરો ક્યારેક કચરાપેટી ચૂંથવા જાય, તો એને સાંકળ ખેંચીને કચરાપેટીથી દૂર રાખવો પડે. પણ જો અમૃત નેહાને જોઈને ખમચાઈને ઊભો ન રહ્યો હોત, પકડાયેલો ચોર કબુલ કરતો હોય એવી દ્રષ્ટિથી એણે નેહાની સામે ન જોયું હોત, તો કદાચ નેહાએ પોતાની જાત પર અંકુશ રાખ્યો હોત. પણ નેહાને જોતાં જ એણે ગુનો કર્યો હોય એવો સખત આંચકો શા માટે અનુભવ્યો?

"ક્યાં ગયા હતાં?"

"એ તો જરા... જરા... ઉપર...ઉપર, તારે ઘેર. ખબર પડી કે તું ઘરમાં નથી, તેથી પાછો..."

"તેથી પાછા મણીબેનને બારણે ટહેલ નાખતા ઊભા રહ્યા હતા ખરું?" શરૂઆત તો અમૃતની ક્રૂર રીતે ઠેકડી કરીને કરી, પણ પછી નેહાએ ધૈર્ય ગુમાવ્યું ને એ બોલી, "તમે આવું હડહડતું જૂઠાણું શા માટે બોલો છો? મેં તમને મારી સગી આંખે એ ઘરમાંથી બહાર આવતાં જોયા છે. મેં તમને આવા હલકાં નહોતા ધાર્યા." નેહાનો સાદ જેટલો ઊંચો ચડે, અમૃત તેટલો ધીરેથી બોલતો, "તારી કંઈ ભૂલ થઈ લાગે છે. એ છોકરીને બીજી કંપનીની લેબોરેટરીમાં કામ કરવું છે. મારે અનેક કંપનીઓમાં સારી એવી ઓળખાણ છે તેથી-"

"સાંભળી લ્યો કાકા." નેહાએ જાણી જોઈને અમૃતને પહેલીવાર આ વડીલ તરીકે સંબોધન કર્યું. "આવા કોઈ ખુલાસાની જરૂર નથી. તમને મેં બરાબર ઓળખી લીધા છે, તમે હવે આ ઘેર ન આવતાં."

ડઘાઈ જઈ અમૃત ક્યાંય સુધી ગાલે હાથ ફેરવતો રહ્યો. ક્યાંક ડગલું માંડતાં ભૂલ થઈ ગઈ. નહીં તો સાવધાનીથી ડગલા માંડતો હતો, થોડી થોડી વારે ખાંસી કરતો હતો. માસ્કને ખંખેરી એ આસપાસ નજર નાખતાં નાખતાં ડગ ભરતો હતો. ડૉક્ટરની સલાહથી મોંઘામાં મોંઘી ઊંચી જાતની દવાની માત્રા લેતો હતો. સવારે એક ઈંડાને બદલે ચાર ઈંડા લેતો હતો, તોયે-"

માસ્ક ખંખેરતો ખંખેરતો અમૃત ચાલ્યો ગયો. મોટર તો ગલીની બહાર હતી. કડવાશની શરૂઆત ત્યારથી થઈ. મોટાભાઈએ ત્યાર પછી દસ-બાર દિવસમાં ઘર છોડ્યું.

એક નજીવી વાતમાં, કારણ વિના ભાભી જોડે ઝઘડો થઈ ગયો. અમી તે દિવસે ઘણી મોડી ઊઠી હતી ને એના ઓરડાનું બારણું ખોલ્યું હતું. નેહા કૉલેજ જતાં પહેલા રસોઈ ઝટપટ કરી નાખવાની ધમાલમાં હતી.

રૂમાલમાં વારંવાર નાક છીંકતી અમી બોલી, "નેહાબેન! મને એક કપ ચા કરી આપશો?"
"ચૂલો ખાલી નથી. મને કૉલેજ જવાનું મોડું થાય છે." નેહાએ જરા ગરમ થઈને કહ્યું.

સાંભળીને અમીનું મોઢું ફીકકું પડી ગયું. એણે એના શયનખંડમાં થોડા કાગળો ભેગા કર્યા, અને પછી એ કાગળો સળગાવી તેનાથી પાણી ગરમ કરવા પ્રયત્ન કર્યો.

કાગળો સળગાવતાં કોણ જાણે શું થયું? તે ડાબે હાથે ઝાળ લાગી ને એક ફોલ્લો પડ્યો. એટલે અમી જમીન પર સૂઈ ગઈ ને આળોટવા લાગી. સળગેલા કાગળોની રાખ ઉડીને એની સાડીને, એના અંબોડાને ને કલેશથી તંગ થયેલી રેખાવાળા કપાળ પર લાગી, ને એ બૂમાબૂમ કરવા લાગી.

સવારની ઉઠી ત્યારથી ચૂલા પાસે બેઠેલી હોવાથી, આમ તો ત્રાસી ગઈ હતી, ત્યાં આ જોઈને નેહા છેડાઈ પડી. અમીના ઓરડા આગળ ઉમરા પાસે ઊભી રહી, ને જોરજોરથી બોલવા લાગી, "તો ભાભી તમે બૂમાબૂમ કરો છો? એક કપ ચાને માટે ગરમ પાણી કરતાં પણ તમને આવડતું નથી? ન આવડવા છતાં, જાણી જોઈને ધાંધલધમાલ કરો છો, ને તમારા અનાડીપણાનું પ્રદર્શન કરો છો? ખૂબ પૈસાદાર કાકાની ભત્રીજી છો, ગરીબ ઘેર પરણ્યા છો, એથી આવું ઘરનું નાનું નાનું કામ કરવાની તમને ટેવ નથી, એની છાપરે ચડીને જાહેરાત કરવા ઇચ્છો છો? તમારું શરીર જ મીણનું ઘડેલું છે."

એક ક્ષણમાં અમીના શરીરનું લોહી જાણે ઉડી ગયું હોય એવી એ ફીકકી પડી ગઈ. તે એકદમ બેઠી થઈ ગઈ. પછી કશું બોલ્યા વિના બારણું બંધ કરી આગડો મારી દીધો. બપોર સુધી અમીએ કશું ખાધું નહીં. બારણાની બહાર ઊભી રહીને નેહાની માએ ખાવા માટે આગ્રહ કર્યો, પણ ન તો એ પથારીમાંથી ઉઠી કે ન તો એણે બારણું ઉઘાડ્યું.

માએ આવીને નેહાને કહ્યું, "તું માફી માંગ નેહા."
ક્ષણમાં નેહાની કીકીઓ ચમકી ઊઠી, "હું માફી માંગુ? મેં શું કર્યું છે?"
"શું કર્યું કે શું નથી કર્યું તે હું કાંઈ જાણતી નથી, બેટા! ગૃહસ્થ ઘરની વહુ, બપોર સુધી અન્નદાણો મોઢામાં ન મૂકે, એથી કલ્યાણ થાય?"

"કલ્યાણ તમારા ઘરમાં રહું છે જ ક્યાં?" નેહાએ સણસણતો જવાબ આપ્યો તો ખરો, પણ આખરે એને ઊઠવું પડ્યું. બંધ બારણા આગળ આવીને નેહા બોલી, "મારી ભૂલ થઈ ગઈ ભાભી."

કશો જવાબ મળ્યો નહીં. નેહાએ પાછી પોતાની ભૂલ કબૂલ કરી.

આ વખતે અમીનો અશ્રુ રુદ્ધ અવાજ સંભળાયો, "તમે કશી ભૂલ કરી નથી. તમારા મનમાં જે હતું તે તમે કહ્યું. મને ખોટું લાગ્યું હોય તેમાં કોઈને શું?"

"ચાલો જમી લો."
"માફ કરો બેન! ખાવાની ઇચ્છા જ નથી. મારું શરીર સારું નથી."
આ વખતે મા આગળ આવીને બોલી, "એને તું માફ કર વહુ! છોકરું છે, શું બોલવું તેનું એને ભાન નથી."

અમી, જે ઠાવકીને સમજુ લાગતી હતી, તે ઘડીમાં રુદ્ર સ્વરૂપ બની ગઈ, એની બધી શાલીનતા દૂર જતી રહી. વિકૃત, રોષ ભર્યા અવાજે એ બોલી, "છોકરું! છોકરું હોત તો પાંચ જણની જોડે ફરતી મેં એને ન જોઈ હોત. પરણી હોત તો એ ત્રણ છોકરાની મા હોત. ખબર છે?"

આવું સખત અપમાન થવા છતાં મા કશું બોલી નહીં. ઊલટું બેએકવાર વહુને માફ કરવા જણાવ્યું.

નમતે બપોરે દેવુંએ આવીને બધું સાંભળ્યું. અમીએ એને શું કહ્યું કોને ખબર, પણ દેવું ઓફિસ જવાના કપડામાં જ ઘરની બહાર નીકળ્યો.

"ક્યાં જાય છે દેવું?"

"ગાડી લઈ આવું મા ! એને બાપને ત્યાં મૂકી આવું."

"બાપને ત્યાં મૂકી આવશે? અમારી વાત એકવાર પણ નહીં સાંભળે?"

"કશું સાંભળવા જેવું છે જ નહીં મા ! દેવુંએ ગંભીર બનીને કહ્યું, "આ ઘરમાં એનું માન જરીય જળવાતું નથી એમાં તો કશો શક નથી, રોજ રોજ ઝઘડા થાય છે, એના કરતાં એને મૂકી આવું એ જ સારું છે."

"વહુની વાત સાંભળીને તું પણ-" મા બોલવા જતી હતી, પણ દેવું તરત જ ચાલી ગયો. મા ત્યાંને ત્યાં જ જડાઈ ગઈ. ગાડી આવી. જતી વખતે અમીએ માને પ્રણામ કર્યા. નેહાના બાપુજી ઘરમાં નહોતા. કોઈ કશું બોલ્યું નહીં. બધાં જાણે એક પ્રકારનો મૂક અભિનય કરતાં હતાં. વાપી તો બહુ પાસે હતું. મોટાભાઈની વાત પરથી લાગતું હતું કે, ભાભીને મૂકીને મોટાભાઈ પાછા આવશે. સાંજે બાપુજી ઘેર આવ્યા. રાત થઈ. આઠ, નવ, દસ વાગ્યા, પણ દેવું પાછો ન આવ્યો. મા મોટાભાઈની થાળી ઢાંકીને ચૂપચાપ બેઠી હતી. મોટા રસ્તા પર છેવટની ટ્રામ પણ ઘંટી વગાડતી પસાર થઈ ગઈ, તોયે દેવું દેખાયો નહીં. મા જાગતી બેઠી હતી. ગલીમાં કોઈના પણ પગલાનો અવાજ સંભળાતાં એના કાન સરવા થઈ જતાં.

નેહા જરા ગુસ્સે થઈને બોલી, "તું નકામી બેઠી છે મા. એટલી ખબર નથી પડતી કે મોટાભાઈ હવે નહીં આવે."

"હવે નહીં આવે?" નિસ્પંદ, વિવરણ મુખે અર્ધસ્ફૂટ સ્વરે માએ ફક્ત વાક્યનું પુનરુચ્ચારણ કર્યું.

નેહા ઉત્તેજ થઈને ઝડપથી બોલ્યે જતી હતી- "એ લોકો તો કંઈ બહાનું શોધતા હતા. આ ગરીબી એમનાથી સહન થતી નહોતી. એથી ભાગ્યા. તું એટલી ઘડી થઈ તોયે એટલુંય સમજતી નથી?"

બીજે દિવસે સવારે મા બાપુજી પાસે જઈને બોલી, "દેવું કાલે રાત્રે પણ ન આવ્યો."

બાપુજીએ ગઈકાલે રેસમાં ઘણા પૈસા ગુમાવ્યા હતાં. એ બાજી ફેલાવીને પરમની રાહ જોતા હતા. મનમાં ને મનમાં પોતાની ચાલ ગોઠવતા હતાં. માથું ઊંચું કર્યા વિના જ એણે કહ્યું, "ગયો કે? મને ખબર હતી કે એ ચાલ્યો જશે."

છેલ્લે છેલ્લે તો દેવુંની આવકમાંથી એમનું કુટુંબ નભતું હતું. માએ કહ્યું, "હવે શું થશે?"

"કશું થવાનું નથી. બધું બરાબર ચાલશે." બાજીમાંથી માથું ઊંચું કરીને બાપુજીએ કહ્યું. પછી જરા હસ્યા ને બોલ્યા, "હાથી શહેરમાં ફસાયો છે, પણ મહાત થયો નથી."

ઝાંખી અને વિવર્ણ છાયામાંથી નરેન્દ્રને નેહા બહાર ખેંચી લાવી. પાર્કના બાંકડા પર બેસાડીને બોલી, "જુઓ તો ખરા, અહીં કેટલું અજવાળું છે!"

"બહુ ધૂળ છે." નરેન્દ્રએ ક્ષીણ અવાજે પોતાની અસવસ્થતા દર્શાવી. "ઘણા બધાં લોકો છે. કેટલો બધો શોરબકોર છે."

માંદગીમાંથી ઉઠીને જરા હરવા ફરવાનું શરુ તો કર્યું હતું, પણ નરેન્દ્રની નબળાઈ હજુ ઘણી હતી. "ધૂળ, અજવાળું બધું શાંતિથી અહીં બેસીને સહન તો કરી જુઓ. પછી ધૂળ, અજવાળું બધું ગમવા માંડશે." એમ નેહા કહેવા જતી હતી, પણ એ વાત મનમાં હોવા છતાં કંઈ કહી શકી નહીં. એને થતું હતું કે આટલા શોરબકોરમાં પણ બલિષ્ઠ સંગીતનો સૂર છે તે નરેન્દ્ર કેમ સાંભળી શકતો નથી? એને શી રીતે સમજાવે કે રીક્ષા, ટ્રામ તથા બસના સતત ઘરઘર અવાજની વચ્ચે, ફેરીયાના ચિત્રવિચિત્ર સૂરમાં, તડકાના ઉત્તાપમાં તથા ધૂળના લેપમાં તો જીવન

રહેલું છે. પહેલે માળની નાનકડી અંધારી ઓરડીમાં દાંડા ગણી ગણીને જીવનનો શ્રય કરી શકાય, જીવન પ્રાપ્ત ન કરી શકાય.

નરેન્દ્રએ હાથ લંબાવીને મોસમના ફૂલની એક ડાળખી તોડી. થોડું ઘાસ લઈને દાંત વડે એ ચાવવા લાગ્યો. દસ રૂપિયાની સિંગ લઈને એ બોલ્યો, "કોને ખબર આ બધું સારું લાગશે." એકદમ આનંદમાં આવીને પગ હલાવતો બોલ્યો, "ક્યારેક ક્યારેક આવો છોકરવાદ કરવાની ઈચ્છા થઈ આવે છે."

"તમે તો છોકરવાદી છો જ." નેહા ધીરે-ધીરે બોલી.

"છોકરવાદી!" એક નિસાસો નાખીને નરેન્દ્ર બોલ્યો, "ખરેખર હું છોકરવાદી હોત તો કેવું સારું થાત! ક્યારેક વિચાર કરતાં આશ્ચર્ય થાય છે કે બધા આશ્ચર્યના દિવસો પાછળ મૂકીને આગળ ચાલ્યો ગયો છું. હવે જીવનમાં ક્યારેક ઝાડ પર ચડીને ફળની ચોરી નહીં કરી શકું, અથવા તળાવમાં ઉતરીને પાણીના છાંટા નહીં ઉડાડી શકું, એ વાતનો વિચાર કરતાં રડવું આવે છે. ઉંમરની સાથે સાથે કેટલુંય ખતમ થઈ જાય છે!"

"પણ હજી બાકી પણ ઘણું છે." નેહા પલાંઠી વાળીને બેઠી. બંનેની આંગળીની છાયા લાગતાં જ બધી જડતા લુપ્ત થઈ ગઈ. સંસ્કારની એ જ રીત છે, મન જ્યારે ખીલી ઉઠે છે ને બહાર પ્રગટ થવા ઈચ્છે છે ત્યારે શરીર આપોઆપ મનની પાછળ પાછળ આવે છે. અવરોધ ઊભો કરે છે. સળિયા પાછળ ધકેલીને જાણે પંખીને ઉડવા દેતું નથી.

બે એક સિંગનાં છેડાં નેહાના લૂગડા પર પડ્યા હતા. હાથના ઝાટકાથી નરેન્દ્રએ ઉડાડી દીધા. કહ્યું, "માટી ભીની થઈ ગઈ છે. આ જુઓને, મારા બંને હાથ ભીના થઈ ગયાં છે."

"મારા પણ." એમ કહીને નેહાએ બંને હાથ ફેલાવ્યા, ઘાસ ભીનું હતું. અને જમીનમાંથી કાદવની વાસ આવતી હતી.

"ચાલો જઈએ."
"ચાલો." નેહાનો હાથ પકડીને નરેન્દ્ર ઊભો થયો. એ જરા ચમક્યો, "તમારો હાથ આટલો ગરમ કેમ છે?"

જરા હસીને નેહા બંને વચ્ચેના અંતર પર વિજય મેળવવા ચાહતી હતી. "ગરમ ક્યાં છે વળી? એવી ગરમી તો બધામાં જ હોય." નરેન્દ્રનો ઠંડો હાથ પોતાની મુઠ્ઠીમાં લેતાં બોલી, "બધા કંઈ તમારા જેવા નથી હોતા કે મૃત્યુની રાહ જોતા બેઠા હોય. અમે તો જીવવા ઇચ્છીએ છીએ."

"હું પણ" અર્ધસ્ફૂટ અવાજે નરેન્દ્ર બોલ્યો, "કોને ખબર પણ મને લાગે છે કે હું પણ જીવતો રહીશ."

ગલીને નાકે જ્યારે બંને જણ પહોંચ્યા ત્યારે પણ બંનેની હથેળી એકબીજા જોડે જોડાયેલી હતી. રસ્તાની પાસેથી એમના તરફ જોઈ જોઈને એક વ્યક્તિ લુચ્યું હસતી હતી તેની એમને ખબર ન પડી. જ્યારે મકાનમાં એ લોકો પ્રવેશ્યા, ત્યારે પણ પહેલા માળના ઓરડામાં એક વિદ્રુપ, વક્રહાસ્ય કોઈના મુખમાંથી ફૂટતું હતું. એ હતી મણી.

નરેન્દ્રએ તાળું ખોલ્યું. નીરવતામાં એ અવાજ ક્યાં સુધી મનમાં ઘૂમતો રહ્યો. એક ચામાચીડિયું ઉડતું ઉડતું બહાર ચાલી ગયું.

"અંદર નહીં આવો?" પૂછતાં પૂછતાં નરેન્દ્રનો અવાજ કંપી ઉઠ્યો.

"ચાલો." નેહાનો એ અવાજ એના પોતાના કાન સુધી પણ ન પહોંચ્યો.

ધૂમાડાથી મેલા થયેલા ફાનસનું અજવાળું ઓરડાના અંધારાને જરા ઝાંખુ કરી શક્યું પણ દૂર ન કરી શક્યું. જમીનમાંથી ઠંડી ઉપર આવીને જાણે સહસ્ત્ર હાથથી સ્પર્શતી હતી. ઉષ્મા માટે પોતાનો તરસ્યો હાથ નેહાના હાથમાં રાખીને નરેન્દ્ર સ્પર્શ સુખ માણતો હતો. એ સ્પર્શથી ફક્ત શરીર જ નહીં પણ પ્રાણ પણ જાણે પીગળીને વહેવા માંડ્યો હતો.

પાંચે આંગળીઓના ટેરવા પંચ પ્રદીપની શિખાઓની જેમ કાંપતાં હતાં.

ગ્યાસ તેલ ખૂટતાં દીવો એની મેળે જ બુઝાઈ ગયો. બહાર ગાઢ ધુમ્મસ જામ્યું હતું. "કોણ?" ચોકીને નરેન્દ્રએ પ્રશ્ન પૂછ્યો. એ સાંભળી નેહા પણ અંધારામાં તાકવા લાગી. બારણાની પાસે જ સાડલાનો પાલવ સ્પષ્ટ દેખાયો. અંધારામાં અવાજ સંભળાયો, "એ તો હું મણી."

નેહા તરત ત્યાંથી ભાગી. જે મોઢા પર હજી સુધી આર્દ્ર સ્પર્શની સરસતા હતી, અને પરમત્ત ઉલ્લાસથી શ્વાસોચ્છવાસ જોરમાં ચાલતા હતા તે મોઢું બે હાથ થઈ ઢાંકીને એ ત્યાંથી સરકી ગઈ.

શરમ? હા એ તો હતી જ. સાથે સાથે મણી જોઈ ગઈ, એ તો નવી શોધ હતી. પણ મણીને જોતાવેંત જ નેહાના ખોળામાં માથું મૂકીને, એના વાળમાં નેહાની આંગળીઓનો સુખદ સ્પર્શ માણતો નરેન્દ્ર એકદમ હાંફળો-ફાંફળો દૂર ખસીને શા માટે બેઠો? નેહા તો ચાહતી હતી કે મણી એ દ્રશ્ય જુએ. પણ મણીને કશું બતાવી શકાયું નહીં. નરેન્દ્ર એ સાહસ કરી શક્યો નહીં એ શું ઓછી શરમની વાત હતી?

તે દિવસે આખી રાત નેહા પથારીમાં માથું ઊચું કરી શકી નહીં. કેટલી યાતના હતી! લમણાની બંને બાજુની નસો ખેંચાતી હતી, બંને આંખોમાં પણ પાર વગરની આગ બળતી હતી. દેહાનુભૂતિની ઉષ્મા તો ક્યારનીય રાખ વળી ગઈ હતી. સુરભીની સ્મૃતિની સ્મૃતિનો ધુમાડો હજી ચેતનાને સુરભિત કરતો હતો.

8

પ્રકરણ

રૂપાએ જ્યારે શરૂ કર્યું ત્યારે અગવડોનો એને ખ્યાલ નહોતો એમ નહોતું. પરંતુ છોકરીઓ પાસેથી ઉત્સાહ એટલો બધો મળ્યો, ત્યારે અગવડોને પહોંચી વળાશે એમ એણે ધારેલું થોડા પૈસા એટલે સરિયામ રસ્તા પર જગ્યા મળી નહીં. જૂની ગલીમાં જૂનું ઘર મળ્યું તેથી પણ એ હતાશ થઈ નહીં. વળી એની જોડે કામ કરતી છોકરીઓ પણ એને આવી મળી. એથી એનો વિશ્વાસ વધ્યો. પહેલે મહિને ધાર્યા કરતાં પણ ઘણી સફળતા મળી. સરિતા ન આવી, ભલે ન આવી. પણ સાયરા, સરોજ, નીતા તો હતીને... વળી રૂપા પોતે પણ હતી. સવારથી સાંજ સુધી કામ ચાલતું. રાત્રે પણ ઉજાગરા કરવા પડતાં. પણ બીજે મહિને શરૂઆતથી જ ખેંચ રહેવા માંડી. પહેલું અઠવાડિયું તો રૂપાને મોટે ભાગે સૂતાં સૂતાં કે બેઠાં-બેઠાં જ વીતાવવું પડ્યું. ક્યારેક એકાદ બે કોલ આવતા. બાકીનો વખત નિ:શ્વાસ નાખ્યા કરતી, ને અકળાયા કરતી. આળસ દૂર કરવા એક પછી એક ચાના પ્યાલા ગટગટાવતી. મોસમ સારી હતી.

દિવસને અંતે જ્યારે એ હિસાબ કરવા બેસતી ત્યારે એનું માથું ઘૂમવા લાગતું. આજે મહિનાની 10 મી તારીખ છે. એટલામાં જે કંઈ કમાણી થતી હતી, તેથી ગમે એમ કરીને ઘરભાડું તો આપી શકાશે. પણ

પછી શું? રૂપા એકલી હોત તો આટલી બધી મુંઝાત નહીં, પણ ત્રણ છોકરીઓ એની પર આધાર રાખીને બેઠી હતી. એની પરના પ્રેમને લીધે તો એમણે નોકરી છોડી દીધી હતી. એ નોકરીમાં ઉજળું ભવિષ્ય ભલે નહોતું, પણ મહિનાને અંતે પગારની નિશ્ચિતતા તો હતી.

15 મી તારીખ પછી રૂપા અકળાઈ ગઈ. હવે રાહ જોવાય એમ હતું નહીં. આટલા દિવસોમાં બધું મળીને પાંચ "કોલ" આવ્યા હતા, એમાંથી 500-600 રૂપિયા મળ્યા હતાં. પણ જરૂર તો હતી 5000 ની. કેટલીય યોજના ઘડી હતી. કોરોના સેવા સદનને વિકસાવવાની કલ્પનાઓ ઘડી હતી.

ત્રીજા અઠવાડિયામાં નીતાની તબિયત બગડી. આમ જો સાધારણ સમય હોત તો રૂપા જરાય ચિંતા કરત નહીં, પણ મુસીબતો પણ એક પછી એક જાણે પૂર્વનિયોજિત હોય એ પ્રમાણે આવતી હતી. પહેલા થયું કે સાધારણ શરદીનો તાવ છે. ત્રણ ચાર દિવસ મલેરિયા છે એમ માનીને ઈલાજ કર્યો. આઠમે દિવસે રૂપા ઘણી ચિંતાતુર બની ગઈ. આટલા દિવસોમાં તાવ જરાય ઓછો થયો નહોતો. એને લાગ્યું કે "કોરોના" હોવો જોઈએ. સેવામાં કશી મણા ન રાખી. સેવા કરતાં પણ વધારે જરૂર તો કોરોના તાવમાં અપાય એવા વિશિષ્ટ ખોરાક હતો. વળી મોટા ડૉક્ટરને બોલાવવાનું પણ જરૂરી હતું.

એક દ્રષ્ટિએ ધંધામાં મંદી આવી હતી તે સારું હતું. એથી જ તો રૂપા આખો વખત નીતા પાસે બેસતી પણ બીજે મહિને શરૂઆતમાં જ ઘર ભાડું, વીજળીનું બિલ, વગેરે ચૂકવ્યા પછી જે પૈસા બચ્યા હતા તેમાંથી મહા મુશ્કેલીથી સાત દિવસ નીકળે એમ હતું.

સરિતાનો મિત્ર જે મેડિકલ સ્ટુડન્ટ હતો, તે એક દિવસ આવીને જોઈ ગયો. એણે ચહેરો ગંભીર કરીને એને હોસ્પિટલમાં ખસેડવાની વાત કરી નહીં. તો કોઈ સારા ડૉક્ટરને બોલાવી બરાબર ચિકિત્સા કરવા જણાવ્યું. સારા ડૉક્ટરો તો ઘણા બધા જાણીતા હતા, પણ મફત કોણ આવે? જ્યારે વિદ્રોહ કરીને નોકરી છોડી હતી ત્યારે બધાએ ના પાડી

હતી. આજે એ બધાને બારણે જઈને નીતાને તપાસવા ઘેર આવવા કહેવાનું રૂપાને માથાવાઢ જેવું લાગતું.

બીજે દિવસે સરિતા થોડા સારા ખબર લાવી. મેડિકલ સ્ટુડન્ટ સુરાગે એના કેટલાક મિત્રો પાસેથી થોડા પૈસા ઉધરાવ્યા છે. કોરોના સેવાસદન માટે નહીં પણ નીતાની સારી રીતે ચિકિત્સા થાય એ માટે. ડૉક્ટર વિકાસએ પણ એક દિવસ આવીને જોઈ જવાં સંમત થયાં હતાં.

ડૉક્ટર વિકાસ તપાસવા આવ્યા ત્યારે વણમાગ્યો ઉપદેશ આપતા ગયાં. આ છોકરીઓએ બળવો કર્યો, નોકરી છોડી, એથી ગુસ્સે થયા હોય તેમ લાગ્યું. પહેલાં હતા તેવા જ શાંતસૌમ્ય હતાં. માથાના સફેદ અને કાળા વાળનાં મિશ્રણ જેવી અંગ્રેજી તથા ગુજરાતી બંનેના મિશ્રણવાળી ખીચડી ભાષા એઓ બોલતા હતાં. એમણે ખૂબ ધ્યાનથી નીતાને તપાસી તથા ઉપચાર પણ લખી આપ્યો.

રૂપાને તાજુબી તો ત્યારે થઈ કે જ્યારે ડૉક્ટર વિકાસએ ઘેર જઈને ₹100 - 100ની બે નોટો એને મોકલાવી. એ રૂપિયા સાથે એક ચિઠ્ઠી પણ હતી. રૂપાએ ગમે તેવું વર્તન કર્યું પણ ડૉક્ટર વિકાસ એની પર પહેલાંની માફક જ પ્રેમ રાખતા હતાં, અને રોજ એના કલ્યાણ માટે પ્રભુને પ્રાર્થતા હતાં, આ લોકોએ જ્યારે બળવો કર્યો ત્યારે જેવો આઘાત એમને લાગ્યો હતો તેવી જ વ્યથા આજે રૂપાની દુર્દશા જોઈને થઈ હતી. એનું સામર્થ્ય ઓછું હતું, તેથી એની શક્તિ અનુસાર એણે પૈસાની મદદ કરી હતી. રૂપા જાણે- લીટી લીટીએ રોમાન્સ-કંટકિત દર્દ હતું. ઉત્કંઠિત સહાનુભૂતિ હતી. તોપણ રૂપાને લાગ્યું કે ક્યાંક પ્રચ્છન્ન પરિતૃપ્તિ રહેલી છે. આ આગળ પાછળનો વિચાર ન કરવાથી છોકરીએ એના કહ્યા પ્રમાણે ન કર્યું તેથી મુશ્કેલીમાં આવી પડી, તેમાં ડૉક્ટર વિકાસને સ્થૂળ આનંદ મળતો હતો. અનુભવી ને મોટેરાંઓનું ન સાંભળ્યું તો હવે ભોગવ, એવો કંઈક ભાવ એમાં હતો.

ચિઠ્ઠી વાંચીને રૂપાએ ફાડીને ફેંકી દીધી, પણ એની સાથે રૂપિયાની નોટો પણ ફાડીને ફેંકી દીધી હોત તો? પણ રૂપિયા તો નીચે મોઢે લઈને

લૂગડાને છેડે બાંધી દીધા. આવી ગરીબીમાં બીજું કરવાની પણ શું હતી? રૂપાએ પોતાની જાતને અનેક વાર ધિક્કારી.

ટપાલી ક્યારે ટપાલ નાખી ગયો તેની કોઈને ખબર પડી નહીં. બીજે દિવસે સવારે નોકરાણી વાળતી હતી ત્યારે બારણા આગળ ખૂણામાં એને એ છાપેલા ચોપાનિયાના પાનાં જે ટપાલમાં મોકલ્યાં હતાં તે મળ્યાં તે એણે રૂપાને આપ્યાં. કોઈ સાપ્તાહિકનાં પાનાં હોય એમ લાગતું હતું. ગંદી છપાઈ, ગંદા કાગળ અને વાંચતાં ખબર પડી કે લખાણની ભાષા પણ ગંદી હતી. પણ મોકલ્યું કોણે? ને મોકલ્યું તો કોરોના સેવાસદનના સરનામે કોણે મોકલ્યું? આવું લખાણ એણે પહેલાં ક્યારેય વાંચ્યું નહોતું, તો પણ એ નામ જાણતી હતી. રસ્તાના વળાંક પર, ટ્રામની બારી આગળ, આ જાતનાં કાગળિયાં હાથમાં લઈને છાપાં વેચતા છોકરાઓ બરાડા પાડતા તે એણે જોયું હતું.

શરૂઆતમાં તો કુતુહલને લીધે એણે પાનાં ફેરવવાં શરૂ કર્યા, ત્યાં એક પાનાં પર રૂપાની આંખ સ્થિર થઈ ગઈ. ઉપરનું મથાળું જોઈને એના બંને કાન ગરમ થઈ ગયા, બે ચાર પંક્તિ વાંચતા એના બંને હોઠ પહોળા થઈ ગયા, ને એણે જોર જોરથી નિસાસા નાંખવા માંડ્યા.

નામ આપ્યા વગર કોઈએ નર્સના ગૃહની નિંદા કરી હતી. કેટલુંક વાર્તાના રૂપમાં લખ્યું હતું. નામ તથા સ્થળ એવી રીતે બદલ્યાં હતાં કે વાચકને એનાં સાચાં નામઠામની ખબર પડી જાય. મોટા ભાગનું લખાણ રૂપાને અનુલક્ષીને હતું. ધણીએ કાઢી મૂકેલી એક ચારિત્ર્ય ભ્રષ્ટ સ્ત્રી કેટલીક છોકરીઓને ભોળવીને, વલસાડની વચ્ચોવચ કોરોના સેવાસદનને નામે સ્વેચ્છાચારી પ્રવૃત્તિઓને અખાડો ચલાવે છે, તેનું આલંકારિક ભાષામાં ટિપ્પણ આપીને વિસ્તારથી વર્ણન કર્યું હતું. એમાં કેટલીક કાલ્પનિક વાતો પણ ઉમેરી હતી. ઉપસંહારમાં પોલીસનું કર્તવ્ય, લોકોની નાગરિક તરીકેની જવાબદારી એ બધા વિશે ભારપૂર્વક લખ્યું હતું. એમ પણ લખ્યું હતું કે એ વ્યભિચાર ધામના ખરાં નામઠામ લેખકની પાસે છે, જરૂર પડે તો ધીરે ધીરે એ બધાને જાહેર કરવાં પડશે. હજુ ઘણી હકીકતો, સાક્ષી, પ્રમાણ, મસાલો છે. વાચક,

સબૂર.

બધાંએ એ સાપ્તાહિકનાં પાનાં વાંચ્યા. સરોજએ રૂપાની પાસે ઊભાં ઊભાં વાંચ્યા. નીતાએ પથારીમાં સૂતાં સૂતાં વાંચ્યા. સરોજનું મોઢું લાલ લાલ થઈ ગયું હતું. નીતા ધોળી પૂણી જેવી થઈ ગઈ. "કોણે લખ્યું છે રૂપા? આ કોનું કામ હશે?"

"કોને ખબર!"

રૂપાએ કાગળના ફાડીને ટુકડે ટુકડા કરી નાખ્યાં. એ કોનું કામ હતું તે એ જાણતી હતી. એને ખબર હતી કે સુરેશ પત્રકાર સિવાય બીજું કોઈ પણ આ જાતનું ઝેર ફેલાવી શકે નહીં. એના શરીરનું ઝેર કલમમાં એકઠું થયું હતું. ગંદુ સાપ્તાહિક હતું. સુરેશે એના માધ્યમનો ઉપયોગ કર્યો તે યોગ્ય જ હતું.

કલંકની બીક નહોતી, પણ મહિનાને અંતે રૂપા ખૂબ હતાશ બની ગઈ. એના બારણાની ઘંટડી કવચિત જ વાગતી. એ સાપ્તાહિકના બીજા અનેક અંક બહાર પડ્યા હતા. પેલા લેખના લેખકે બીજા કેટલાક લેખો પણ કોરોના સેવાસદન અને રૂપાની બદનામી કરતા લખ્યા હતા. એણે પોતાનું નામ પ્રગટ કર્યું નહોતું, પણ એનું લક્ષ્ય કોરોના ગલીનું કોરોના સેવા સદન હતું તે ધીરે ધીરે સ્પષ્ટ થતું હતું.

પહેલા તો રૂપાએ વિચાર્યું હતું કે એની ઉપેક્ષા કરવી. પણ એને ક્યાં ખબર હતી કે બે પૈસાની કિંમતના આ સાપ્તાહિકનો પ્રભાવ કેટલો હતો, એની લોકપ્રિયતા કેટલી બધી હતી. રસ્તા પર નીકળે એટલે એને ખબર પડતી હતી, ઘણાં લોકો, ને એ ગલીના તો બધાં જ કૌતુકથી એની સામે જોયા કરતાં. રૂપા બધાની આંખોમાં દબાવેલા હાસ્યને જોઈ શકતી. એમણે જરૂર પેલા સાપ્તાહિકના લેખો વાંચ્યા હશે. એમને શી રીતે ખબર પડી હશે કે કોરોના સેવાસદનની જે વાત એમાં આવતી તે કોરોના ગલીના કોરોના સેવાસદન વિશે જ હતી? રૂપાને જોતાં લોકો ગુસપુસ પણ કરતાં. એક હમણાં જ જન્મેલાના અંકુરનો નાશ કરવા

હજારો હાથ આગળ આવતા હોય એમ એને લાગ્યું.

ટપાલમાં તો પત્રિકાની નકલ નિયમિત આવતી જ હતી. પણ બીજો પણ નવી જાતનો ઉપદ્રવ શરૂ થયો. એક વાર ડૉક્ટર વિકાસએ પત્રિકાનો લેખ એને મોકલ્યો હતો અને પૂછાવ્યું હતું કે આ બધું શું છે? એ પત્રિકાના અંકમાં લખ્યું હતું.

સાંજ પડતાં જ એ મહોલ્લામાં બારીએથી, છજામાંથી સિસોટીઓ વાગતી સંભળાય છે. મહોલ્લાના અને મહોલ્લાની બહારના ઇશ્કી ટટ્ટુઓ જૂથ બાંધીને આસપાસ, દૂર યા નજીકથી, ગેસના દીવાની નીચે અંધકારમાં જ્યાં ત્યાં આંટા મારતા હોય છે. કંઈ બોલવા જેવું રહ્યું નથી.

પાછલી રાતના કોઈ બહારની ભીંત પર એક સાપ્તાહિકના છેલ્લા અંકનું લખાણ ચોંટાડી ગયું હતું, જે સવારે ઊઠતાવેંત જ ફાડી નાખવામાં આવ્યું. ગલીમાં પેસતાં જ્યાં વળાંક આવતો હતો, ત્યાં હાથનું નિશાન કરીને કોરોના સેવા સદનનું ઠેકાણું દર્શાવ્યું હતું, તેની પર વિભત્સ, ન બોલાય એવું, લખાણ લખ્યું હતું. કોરોના સેવાસદનની દિશા દર્શાવતું પાટિયું પણ નજરે ન પડે એ રીતે એને સેરવી દેવાનો પ્રયત્ન થયો હતો. વળી ત્યાંથી પસાર થતાં લોકો બારી આગળ તાક્યા કરતા ને કોઈ વળી પથ્થર પણ ફેકતું.

આમ છતાં બહાર તો જવું જ પડતું. માનહાની માથે લઈને, બેશરમ થઈને, કાનમાં પૂમડાં ખોસીને, મનને કઠણ કરીને. સરિતા એક દહાડો રસ્તામાં જ મળી ગઈ. રૂપાને જોઈને જ સરિતા આડી ફંટાઈ ગઈ તે સમજતાં વાર લાગે તેમ નહોતું. તેમ છતાં રૂપા એની પાસે ગઈ અને તેનો હાથ પકડીને બોલી,

"મને જોઈને તું આડી ફંટાઈ સરિતા, પણ હવે ક્યાં જવાની હતી? ફૂટપાથ તો અહીં સીધીસટ જાય છે. વળી તું જે તરફ જતી હતી ત્યાં આગળથી મોટર લોરી પસાર થતી હતી, તે તારી ધ્યાનમાં આવ્યું નહોતું. મેં તને રોકી ન હોત તો લોરી નીચે કચડાઈ જાત કે પછી એમ

તો નથી ને કે લોરી કરતાં તને મારો વધારે ડર લાગે છે?"

સરિતા ગલવાઈ ગઈ. અને એ રૂપાને ટાળવા ચાહતી નહોતી, એ સાબિત કરવા જાતજાતની વાતો કરવા લાગીને બોલી, "તમને નકામો વહેમ છે, રૂપાબેન! મેં કોઈ દિવસ તમને ટાળવાનો વિચાર પણ કર્યો નથી."

એની વાતને વચ્ચેથી જ કાપીને વાતને બીજી તરફ વાળતાં રૂપાએ કહ્યું, "તેં હમણાં હમણાં મારે ત્યાં આવવાનું સમૂળગું જ છોડી દીધું છે સરિતા."

સરિતાએ પહેલા તો આનાકાની કરવા માંડી ને ડચકાં ખાધાં. પણ આખરે એને એ વાતને કબૂલવી પડી, કોરોના સેવા સદનમાં જવાની સુરાગે એને સખત મના કરી હતી. સરિતા હવે ફક્ત નર્સ જ નહોતી. પણ થોડા વખતમાં જે ડૉક્ટર થવાનો છે એવા એત ભદ્ર પુરુષની થનારી પત્ની પણ હતી. જે કોરોના સેવા સદનની આખા ગામમાં ગમે તેવી વાત થાય છે, ત્યાં જવાનો બહુ શોખ હોય તો કાં તો સુરાગ કે કાં તો સેવાસદન એક એણે પસંદ કરવું રહ્યું.

કહેવાની જરૂર નહોતી. બેમાંથી એક માર્ગ પસંદ કરવામાં સરિતાએ ભૂલ કરી નહોતી. રૂપાએ બધી વાત સાંભળીને કહ્યું, "હં સરિતા! તારા લગ્ન ક્યારે છે?"

"હજી કંઈ તિથિ નક્કી કરી નથી. હમણાં તો એણે પરીક્ષા પાસ કરી છે. હજી હોસ્પિટલમાં પણ એને થોડા દિવસ રહેવું પડશે ને?"

"ત્યાં સુધી તું બેસીને રાહ જોયા કરશે?"

"ત્યાં સુધી? ના. લગ્ન તો સારા મૂહુર્ત જોઈને તે પહેલા કરી નાખીશું." સુરાગ વલસાડમાં કંઈ પ્રેક્ટિસ કરવાનો નથી. અહીં કેટલી બધી ભીડ છે. એ તો નાના શહેરમાં કે કસબામાં ચાલી જશે. ત્યાં હરીફાઈ પણ

ઓછી. લક્ષ્મી સામે ચાલીને આવશે. પશ્ચિમ તરફ એક નાનું સરસ શહેર છે, એક સુંદર બંગલો છે, એ કુટીરની સરિતા રાણી બનશે. બધું નક્કી થઈ ગયું છે, ક્યારે નોટિસ આપવાની, ક્યારે નોકરી છોડવાની એ બધું નક્કી થયેલું હતું. ફક્ત એક વર્ષ જ રાહ જોવાની હતી. ભવિષ્યના સુખની કલ્પનાએ જ સરિતાના મુખ પર ચમક આણી હતી.

એ પછીના બીજા બે એક બનાવોએ રૂપાને ખૂબ જ અસ્વસ્થ બનાવી દીધી હતી.

સાંજ ઢળતી હતી એ વખતે અજીત નામનો એક માણસ ઉપર ચડી આવ્યો. ઉપરનું બારણું ખુલ્લું જ હોવું જોઈએ. સરોજ ત્યાં બેઠી હતી તેને એ મળ્યો.

સરોજને નમસ્કાર કરીને બોલ્યો, "જલદી જલદી તૈયાર થઈ જાઓ. હમણાં જ જવું પડે એવો ગંભીર કેસ છે."

એણે જીન્સ પેન્ટ પહેર્યું હતું. રેશમી શર્ટ પહેર્યું હતું. એના અવાજમાં પણ ચિંતાનો ભાવ સ્પષ્ટ હતો.

"બહુ જ ગંભીર કેસ છે?" સરોજે પાછું પૂછ્યું. "હા , બહુ જરૂરી." દીવો સળગાવ્યો નહોતો, એટલે મોઢા પરનો ભાવ વર્તાતો નહોતો.

નીતા કંઈ તદ્દન સાજી થઈ ગઈ નહોતી. રૂપા પણ ઘરમાં નહોતી. સરોજ જવું કે નહીં તેની દ્વિધામાં પડી. પણ આખા મહિનામાં આ એકમાત્ર અને પહેલો જ "કોલ" આવ્યો હતો, તેથી ના પાડતા પણ જીવ ચાલતો નહોતો. એ મનોમન વિચારતી હતી કે હમણાં રૂપા આવી પડે તો એ બચી જાય. આ તરફ પેલો માણસ ઉતાવળ કરતો હતો. એને ક્યાં સુધી બેસાડી રખાય.

એણે કહ્યું, "તાકીદનું કામ હોય છે, ત્યારે અમે ફી વધારે લઈએ છીએ."

"વધારે? કેટલા વધારે?" એના ખિસ્સામાંથી એણે નવી નકોર નોટો કાઢી. બધી સો-સો ની, કોને ખબર એમાં 2000ની નોટો પણ હોય! સરોજની બંને આંખો ચમકવા લાગી, કારણ કે એણે એકી સાથે આટલા બધા રૂપિયા પહેલી વાર જ જોયા હતાં. રૂપિયા જ કેટલે દિવસે જોયા? એ લોભ ખાળી શકી નહીં. એણે કહ્યું, "થોડા એડવાન્સ આપવા પડશે."

"કેટલા?"

"500 રૂપિયા." સરોજના મોઢામાંથી શબ્દો નીકળતાંવેંત એણે   ₹ 100 ની પાંચ નોટો, નોટોના થોકડા માંથી કાઢીને આપી ત્યારે સરોજને થયું કે થોડા વધારે માગ્યા હોત તો સારું થાત. પણ એને લાગ્યું કે આવેલા માણસની ગરજ વધારે છે.

આખરે રૂપાને એક ચિઠ્ઠી લખીને સરોજ પેલા માણસ જોડે ગઈ. એણે પેલી સો-સો રૂપિયાની પાંચ નોટો ચિઠ્ઠીની જોડે મૂકી એને થયું કે રૂપાબેન ચિઠ્ઠી વાંચીને પૈસા જોઈને આશ્ચર્યમાં ડૂબી જશે.

રૂપા ઘેર આવી ત્યારે શરૂઆતમાં તો એને કશું સમજાયું નહીં. તો પણ મન જરા અસ્વસ્થ બની ગયું. એ હોત તો સરોજને આમ તદ્દન એકલી અજાણ્યા માણસ જોડે એકલી ન મોકલત.

10, 11, 12, સરોજની ખુબ રાહ જોઈ જોઈને આખરે એને ક્યારેય ઉંઘ આવી ગઈ તે ખબર પડી નહીં. સરોજ આવીને જ્યારે બારણું ઠોક્યું ત્યારે કોણ જાણે એક વાગ્યો હતો કે બે વાગ્યા હતા કે ત્રણ થયા હતા? પણ સરોજનો ચહેરો ભયગ્રસ્ત કેમ લાગતો હતો? ને એણે જતાં પહેલાં વાળ ઓળ્યા નહોતા કે શું? એની આંખમાં પાર વિનાની કલાન્તી હતી, તો પણ આંખની કીકીઓ ચમકતી હતી. જતી વખતે સરોજે સળદાર સાડનો પહેર્યો હતો, તે અત્યારે તદ્દન ચોળાયેલો કેમ લાગતો હતો?

સરોજે આવતા વેંત દીવો ઓલવી નાખ્યો. એણે જો કે રૂમો ભરાયેલા

અવાજે કહ્યું હતું, "હમણાં મને કશું પૂછશો નહીં, રૂપાબેન, કાલે તમને બધું જ કહીશ." તેમ છતાં કહેવાનું કશું બાકી રાખ્યું નહોતું. ક્યારેક અટકતાં અટકતાં, ક્યારેક અસ્વભાવીક એવી ઉત્તેજનાથી, એના બોલવાનો વેગ ઘણો ઝડપી બની જતો. સરોજની તૂટક ત્રુટક વાતો જોડતા જે સારાંશ નીકળતો હતો તે આ પ્રમાણે હતો.

સરિયામ રસ્તા પર મોટર ઊભી હતી. પેલા માણસે ઇશારાથી એને એમાં બેસવા જણાવ્યું. પછી ખૂબ ફરી ફરીને, વાંકીચૂકી ગલીઓમાં થઈને ગાડી જે ઘર આગળ આવીને ઊભી રહી તે ઘર શહેરને નાકે હતું એમ સરોજને લાગ્યું.

એ મોટા મહેલમાં કેટલાયે ખંડ હતાં, જેનો કોઈ અંત નહીં. ભીંતે ભીંતે મોટા તૈલ ચિત્રો તથા દુર્લભ વસ્તુઓ ગોઠવેલી. મોટા પલંગો, જમીન આરસથી જોડેલી ને આખું શરીર દેખાય એવા અરીસા.

"રોગી, રોગી ક્યાં છે?" કાંપતા અવાજે સરોજે પૂછ્યું, "કોની તબિયત બગડી છે?"

"મારી!" કહેતાં પેલો માણસ જોરથી હસવા લાગ્યો. પલંગ પર બેસીને, તકિયો ખોળામાં લઈને બોલ્યો, "કેમ મારો ચહેરો જોઈને ખબર નથી પડતી કે હું તદ્દન જર્જર થઈ ગયો છું? મારો સ્પર્શ કરવાથી ખબર પડશે." કહેતાં કહેતાં સરોજનો એક હાથ પકડીને એની છાતી પર મૂકીને દબાવ્યો.

સરોજએ છટકવાનો પ્રયત્ન કર્યો, "મને છોડી દો. મને ઘેર પહોંચાડો. તમે જે ધારો છો તેવી હું નથી." વગેરે.

"પહોંચાડી તો દઈશ જ. દક્ષિણા પણ સારી પેઠે આપીશ, પણ કહે તો ખરી, શું વાત છે? ભાવ વધારવો છે?"

"તમારી ભૂલ થાય છે."

"તમે લોકો શું કરો છો તે આખું ગામ જાણે છે, તો શું મેં એકલાએ જ ભૂલ કરી એમ? એક કાગળ એની આંખની સામે ખોલી પેલા માણસે કહ્યું, "તો એમ જ કહે કે આ છાપનારાએ પણ ભૂલ કરી છે. દરેક છાપામાં તમારા વખાણ વાંચ્યા છે. પહેલેથી તારી જોડે ભાવ નક્કી કરીને તને લઈ આવી શક્યો હોત ,પણ એ રીતે લાવ્યો હોત તો આવો અનોખો અનુભવ ન થાત. મજા મારી જાત. રમઝટ લાગવા માટે થોડું જૂઠાણું ચલાવ્યું તે માટે ગુસ્સે ન થતાં બાઈજી!"

સરોજનું ગળું સુકાઈ ગયું. મહામહેનતે એટલું બોલી શકી, "એક પવાલું પાણી આપો."

"પાણી શા માટે? નાળિયેરનું પાણી પીવડાવું છું. ખૂબ ઠંડુ ને ખૂબ મીઠું." સાચે સાચ એ નારિયેળનું પાણી લઈ આવ્યો. શું કહું રુપાબેન, મને પણ પાણી જરા બે સ્વાદ લાગ્યું. બે ચમચી લીધી ત્યાં તો ગળામાં આગ બળવા લાગી, માથું ચક્કર ચક્કર ઘૂમવા લાગ્યું. પાછળથી સમજાયું રુપાબેન! નારિયેળના પાણીની સાથે દારૂ કે એવા કોઈ માદક પદાર્થનું મિશ્રણ કરવામાં આવ્યું હતું.

"પછી?"

"પછી વળી શું? એ માણસ થોડી વાર પહેલાં ગાડીમાં મને અહીં પહોંચાડી ગયો. ગલીને નાકેથી હું એકલી જ ચાલીને આવી."

થોડીવાર શાંત રહી સરોજ પાછી બોલવા લાગી, "પણ હું પૈસા લીધા વગર આવી નથી રુપાબેન! પણ તમે મને કાઢી નહીં મુકો ને?"

સરોજમાંથી હજીય દારૂની વાસ આવતી હતી. રુપા એના વાળમાં હાથ ફેરવતાં ફેરવતાં બોલી, "તું હવે સૂઈ જા."

બીજો બનાવ, આ પછી, પાંચેક દિવસ વિત્યા હશે ત્યારે બન્યો.

9

પ્રકરણ

બંધ ગળાની શેરવાની ને ઉપરથી નીચે સુધી બટન. ચૂડીદાર પાયજામો, થોડી દાઢી અને મૂછ પણ વધાર્યા હતા, અને પાછાં એ બંને છટાથી કપાવ્યાં પણ હતા. પહેલાં તો રુપાએ માન્યું કે કોઈ એ ગુજરાતી છે એટલે એણે હિન્દીમાં જ વાત કરવા માંડી. બે ચાર વાક્યો બોલ્યાં ત્યાં જ ભ્રમ ભાંગ્યો.

આગંતુક બોલ્યો, "હું ગુજરાતી છું, આ પહેરવેશ ધંધાર્થે છે. એ ઉપરાંત આ પહેરવેશ ભારતના બધા પ્રદેશોનો કહી શકાય."

"શાનો કેસ છે?" કૃપા એ પૂછ્યું.

"પ્રસુતિનો."

"ભલે, ક્યારે જવાનું છે?"

આગંતુકે જરા ખાંસી ખાધી, "બીજી એક વાત છે. મારી પત્ની કે જેનો આ કેસ છે તે બહુ નાની છે, ને પાછી એની તબિયત પણ નાજુક છે."

રુપા હસી, "એ માટે તમારી ચિંતા કરવાની જરુર નથી. સાથે કોઈ સારો

ડૉક્ટર પણ લઈ લીધો હોય તો સારું."

"ડૉક્ટર?" અન્યમનસ્ક અવાજે આગંતુક બોલતો સંભળાયો, "હા, એક ડૉક્ટર તો લેવો જ પડશે. તો હું બપોરે મારી પત્નીને લઈ આવું."

"હા તો ઠીક રહેશે. જરૂર લઈ આવજો."

પીળું પડી ગયેલું, સુકાયેલું મોં, દાદર ચડી શકતી નહોતી એટલી માંદી હતી. પેલો ગૃહસ્થ બપોરે જ્યારે એની પત્નીને લઈ આવ્યો, ત્યારે રૂપા જરા મૂંઝવણમાં પડી ગઈ. પેલીએ આવતા વેંત એક પ્યાલો પાણી માંગ્યું. ભલે એની ઉંમર વધારે હોય, પણ એનું મોઢું હજી બાળક જેવું હતું.

"આ મારી પત્ની." પેલા ગૃહસ્થે કહ્યું, "જરા બહાર આવો તો મારે તમારી જોડે થોડી વાત કરવી છે."

બહાર આવીને રૂપાએ કહ્યું, "હજી તો ઘણી વાર છે. તમે અત્યારથી કેમ ગભરાઈ ગયા? જ્યારે બાળક આવવાનો વખત થાય ત્યારે મને ખબર આપજો. હું આવી પહોંચીશ."

જરા અચકાંતા પેલો માણસ વિનયથી જ બોલ્યો તે સાંભળી રૂપા ચોંકી. એ સુવાવડ માટે આવ્યો નહોતો, સુવાવડ અટકાવવાના ઈલાજ માટે આવ્યો હતો.

"પણ શા માટે તમે આવું કરવા ઇચ્છો છો?"

આ પ્રશ્નનો શો ઉત્તર આપવો તેનો વિચાર કરવા પેલાએ એક સિગારેટ કાઢીને સળગાવી ને પછી બોલ્યો, "મારી પત્નીની તબિયત કેટલી બધી નાજુક છે તે સુવાવડમાં મરી જશે. તમે ગર્ભપાતની વ્યવસ્થા કરી શકશો? તમે જરૂર એ કામ કરી શકશો એમાં શંકા નથી. જરૂર હોય તો એને થોડા દિવસ અહીં જ રાખશો."

"એમની નાજુક તબિયત વિશે તમે ચિંતા ન કરશો. બૈરાની તબિયત આવા મામલામાં ઠગારી નીવડે છે. તમે જોશો કે બહુ સરસ રીતે એની પ્રસુતિ થશે."

થોડી વધારે વખત ચર્ચા ચાલી. પેલો ગૃહસ્થ જેટલી જેટલી આજીજી કરે તેટલી રૂપા સખ્તાઈથી બોલે. છેવટે પહેલાએ મૂળ વાત કરી, "મિસ...! અમારે કંઈ છોકરા છૈયા જોઈતા નથી. અમારા બંનેમાંથી કોઈને નહીં."

"તમારી પત્નીને પણ નહીં?"

"ના, મિસ ! મારી વહુ... ના... એટલે ના, હવે સમજ્યા ને?"

રૂપા થોડી ક્ષણ ચૂપ રહીને બોલી, "ના. તમારી ભૂલ થઈ લાગે છે. હું આવું કામ કરતી નથી."

"સમજ્યો." પેલાએ કહ્યું "તમે વધારેમાં વધારે પડાવીને દાવ રમી લેવા ઇચ્છો છો, તો બોલોને કેટલા લેવા છે? આને હું તમારે ત્યાં જ મૂકી જાઉં છું. તમને ચેક લખી આપું છું."

"ના." રૂપાએ દ્રઢતાથી કહ્યું .

"જરા દયા કરો. અમારી આબરૂ-"

એને અટકાવી રૂપાએ દ્રઢતાથી કહ્યું, "આવા કામ કરાવવાને બીજી જગ્યાઓ છે. તમે ખોટી જગ્યાએ આવ્યા છો. આવા ખરાબ કામો કરવાને કંઈ મેં કોરોના સેવાસદન ખોલ્યું નથી."

"ખોટી જગ્યાએ આવ્યો છું ?" પેલાએ એના ગજવામાંથી એક કાગળનો ટુકડો કાઢ્યો અને કહ્યું, "આ જુઓ ચોખ્ખા અક્ષરે નામ તથા ઠેકાણું

લખ્યું છે ને? જુઓને આ અક્ષરો કોના છે તે તો ઓળખી શકો છો ને?"

ઓળખી શકી, ઘણાં વર્ષોથી જોયા નહોતા તેમ છતાં રૂપા સુરેશના હસ્તાક્ષરો ઓળખી શકી. તો સરનામું આપીને સુરેશએ જ આ માણસને રૂપાને ત્યાં મોકલ્યો હતો એમ? રૂપા પૈસા લઈને આવું કામ કરે છે એમ એ કહેતો ફરે છે. એનું મન ઘૃણાથી ભરાઈ ગયું. પણ એ શું કરી શકે?

સાયરાએ આ બધી વાત સાંભળી હતી. એ નારાજ થઈ. "તમે હા કેમ ન પાડી? સહેલાઈથી હજાર રૂપિયા મળી જાત."

"કદાચ એથી પણ વધારે." રૂપાએ કહ્યું, "પણ પાપપુણ્યમાં ન માનતી હોવા છતાં, ન્યાય અન્યાયમાં તો માનું છું ને? ને તે ભલે વિલાયતી નામ રાખ્યું હોય છતાં એ સંસ્કાર તારામાં પણ છે. તું પણ આ દેશની જ છોકરી છે."

"તે ભલે આ દેશની રહી, પણ આટલા રૂપિયામાંથી આપણે વળી પાછું નવેસરથી શરૂ કરી શકતને? ફક્ત ન્યાયનું પૂછડું પકડી રાખવાથી તમને શો લાભ થયો રૂપાબેન! બધા તો છી છી કરે છે."

"કરવા દો." રૂપાએ કહ્યું, "આવું કામ તો હું નહીં જ કરી શકું." સુરેશ વેર વાળવા ચાહતો હતો.

રૂપા ગમે તેવા પ્રલોભનોથી ડરી નહીં. પણ આ એને ભરોસે આવેલી છોકરીઓના ભવિષ્યની એને પારાવાર ચિંતા થવા લાગી. વળી જેના પર ભરોસો રાખીને આ બધું ઊભું કર્યું, તે છોકરીઓમાં નબળાઈઓ દેખાવા લાગી એથી તો એની અકળામણ ઘણી વધી ગઈ: આજે કેટલાય દિવસોથી સરોજનું મોઢું ચડેલું હતું, સાયરા બહારની બહાર ફર્યા કરતી હતી, નીતા હમણાં જ માંદગીમાંથી ઊઠી હતી, હજી બહાર જઈ શકતી નહોતી, એ બધાંનાં મોઢાં સામે જોયા કરતી, ને મનમાં ને મનમાં બળ્યા કરતી હતી. પ્રશ્ન એ હતો કે આવું ક્યાં સુધી નભશે? વેરીનાં કાવતરાંની સામે આ છોકરીઓ આત્મરક્ષણ કરી શકશે?

બીજું કંઈ નહીં તોયે, આ કામમાં તો ઈસ્ત્રીબંધ કપડાં જોઈએ, ને આંખે ઉડીને વળગે એવી ઝાલરવાળી ટોપી તો જોઈએ ને? પૈસા ન મળવાથી કેટલાય દિવસથી ધોબીએ કપડાં ધોવાનું બંધ કરી દીધું હતું. જાતે ધોવા જતાં કપડાં ફસકી જતાં હતાં.

તે દિવસે બપોરે ઘરમાં રૂપા તથા નીતા સિવાય બીજું કોઈ નહોતું. નીતાએ પૂછ્યું, "તમે પેલા ગર્ભપાતનો કેસ હાથમાં કેમ ન લીધો?"

એકદમ રૂપાની આંખમાં પાણી ભરાઈ આવ્યા, "તું, તું આવી વાત કરે છે નીતા?"

નીચે મોઢે ચાદર સાફ કરતાં કરતાં નીતા બોલી, "સરોજ તથા સાયરા પણ એવી જ વાતો કરતાં હતાં. તમને ખબર છે રૂપાબેન, સાયરા હવે અહીં નહીં રહે."

"શું કહ્યું? સાયરા આપણી જોડે નહીં રહે?"

"ના. એનો કોઈ દૂરનો સગો અત્યાર સુધી પરદેશમાં રહેતો હતો. એ પાછો આવ્યો છે, એણે તથા સાયરાએ ઘણા વખત પહેલાં લગ્ન કરવાનું નક્કી કર્યું છે."

"મને ખબર છે," રૂપાએ કહ્યું, "એક એક કરતાં બધાં ચાલ્યા જશે."

મોજાં જેમ શરૂઆતમાં આગળથી ફાટે, પછી ધીમે ધીમે વધારેને વધારે ફાંટતાં જાય, નેહાને લાગતું હતું કે એની દશા પણ એવી જ છે. પહેલાં હતું કુતૂહલ, ક્રમશઃ કરુણા, હવે- કોને ખબર કોને શું કહેવાય તે. જો શરૂઆતમાં જ એને નિષ્ફળતા સાંપડી હોત તો આટલી અવસ્થા નહોત. પણ આ એક વિચિત્ર પ્રકારનો ઘા હતો, જે વધતો પણ નહોતો, તેમ જ રૂઝાતો પણ નહોતો. ને એક નસ માંથી બીજી નસમાં વહે તથા લોહીની કણીએ કણીમાં જ્વાળા પ્રગટાવે.

એ ટોનિકની ગોળીઓ લઇને જે દિવસે નરેન્દ્રને ઘેર ગઈ હતી ત્યારે નરેન્દ્ર ઊઠીને પથારીમાં બેઠો હતો. પહેલાં તો એણે ગોળીઓ લેવાની ના પાડી. એણે કહ્યું, "તમે મારે માટે આ બધું ખરીધું?"

"ખરીદીને લાવી નથી, નેહાએ કહ્યું , "તે દિવસે તમે ગોળીઓનું નામ દીધું હતું તે ગોળીઓ મારા ઘરમાં હતી. માંને માટે લઈ આવ્યા હતાં, પણ માએ તો એકાદ બે ગોળીઓ માંડ લીધી હશે."

નેહા જુઠું બોલતી હતી. પણ જુઠાણું પણ ક્યારેક ક્યારેક મહાન બની જાય છે નેહાએ એને એક ગોળી આપી, ને જાતે પવાલામાં પાણી લઈ આવી. ગોળી પાણીથી ગળ્યા પછી, નિપકીન માટે નરેન્દ્ર આમ તેમ જોવા લાગ્યો.

"નથી. મેં ધોઈ નાખ્યો છે." નેહાએ કહ્યું.

પથારીની ચાદરનો છેડો કાઢીને નરેન્દ્ર મોઢું લૂછવા જતો હતો, ત્યાં નેહાએ એને ધમકાવ્યો, "હજુ સુધી તમારો આ ગંદો સ્વભાવ ન ગયો. એથી તો વારેવારે માંદા પડો છો. એના કરતાં તો ખમીસની બાયથી લૂછે."

બાધાની જેમ નરેન્દ્ર જરા હસ્યો. ખમીસની બાય સિવાય ઘરમાં બીજી પણ એક ચીજ હતી. સાડલાનો પાલવ. પણ માણસના અને ખાસ કરીને સ્ત્રીના મનને ભલે લગામ ન હોય, પ્રકાશને તો હોય છે જ.

"તમે મારે માટે ઘણું કર્યું."

સહજ, બાળસુલભ, કૃતજ્ઞતાનો આ સ્વીકાર હતો, તો પણ નેહાનું સમગ્ર ચિત્ત બેસ્વાદ બની ગયું. નરેન્દ્રની વાતમાં પણ કૃતજ્ઞતાનો ભાવ જ વારંવાર ડોકિયાં કરતો હતો. જેને માટે મનમાં જાતજાતની કામના હતી, જેને માટે ચિત્તમાં સ્નેહનું ઝરણું અજસ્ત્ર વહેતું હતું. તે જ્યારે

ઉપકારની ભાષામાં વાત કરે ત્યારે હૃદયમાં જાગેલી તૃષ્ણા સુકાઈ જાય છે.

એ વાતની નેહાને જરાય ખબર ન હતી કે પરમ એને ત્યાં ફક્ત બાજી રમવા જ નહોતો , ને શેતરંજ રમીને પણ એ ખાલી હાથે પાછો જતો નહોતો ધીરે ધીરે એની તિજોરી માનાં ઘરેણાંઓથી ભરાતી જતી હતી, માની બંગડીઓ, લોળીયા, માળા, બાપુજીની ઘડિયાળનો સોનાનો પટો, ને કદાચ નેહાના અન્નપ્રાશન વખતે એને મળેલાં નૂપુર- એ બધું પરમ એક ગજવામાં મુકતો, અને બીજા ગજવામાંથી પૈસા કાઢીને દાન કરતો. હવે બાકીય શું રહ્યું હતું. એ થોડીક ચાલ ચાલ્યો કે શિવા માત થઈ જવાના.

આખરે બાપુજીના બટનનો સેટ જો પરમના હાથમાં ન મૂક્યો હોત તો માં વાત કરત કે નહીં એવી શંકા હતી.

એ રાંધતી હતી ત્યાં માં આવી. થોડીવાર ત્યાં ઉભી રહી, પાછી ગઈ, ને વળી પાછી આવી.

"મા કંઈ રહેવું કહેવું છે ?" નેહાએ પૂછ્યું.

"મારી એક વાત માનશે નેહુ ?"

નેહા ઇન્તેજારી પૂર્વક એની સામે જોઈ રહી. મા થોડી વારે જરા ખચકાંતાં ખચકાંતાં બોલી, "તું એકવાર દેવુંને ત્યાં જઈ આવ."

વિસ્મયથી, એને આંચકો લાગ્યો હોય એવા ભાવથી નેહા બોલી, "હું મોટા ભાઈને ત્યાં જાઉં? શા માટે?"

"શા માટે ? સમજતી નથી શા માટે તે ? એમની તબિયત સારી નથી. હાથમાં કશું નથી. તું એકવાર દેવું પાસે જઈ બધી વાત કરીને મારી પાસે આવવા એને કહેજે એને-" મા જરા અટકીને બોલી, "વહુને તે જ

તો ગમે એમ કહ્યું હતું, એટલે તું એની પણ માફી માગી આવજે. આમ પણ તારા મોટાભાઈની વહુ છે, માફી માગવામાં કશી શરમ નથી. ગમે એમ તોયે એ મોટા ઘરની વહુ છે, એ જરૂર તને માફ કરશે."

"મને માફ કર મા. હું ત્યાં નહીં જાઉં."

"નહીં જાય!" મા થોડી વાર ટગર ટગર જોઈ રહી. "ભલે તું ન જતી. મારે જ જવું પડશે." દીર્ઘ નિ:શ્વાસ નાખી મા બોલી, "તમારા બધાના જીવ કરતાં મારું સ્વમાન કંઈ વધારે નથી."

"મા જશે? છોકરાના મોટા ઘરના સસરાને ઘેર વહુની પાસે માનની પરવા કર્યા વિના? એક ક્ષણમાં કશોક વિચાર આવ્યો ને નેહા ફટ્ કરતી ઊભી થઈ, "તમારે જવાની જરૂર નથી માં, હું જ જઈશ."

લગભગ બે કલાક પછી એ પાછી આવી. માએ ઉત્સુકતાથી પૂછ્યું, "શું થયું?" એના હાથમાંથી બેગ પથારીમાં ફેંકતા બોલી, "બીજું શું થવાનું હતું? જઈ આવી વળી."

"દેવું મળ્યો?"

"ના. મોટાભાઈ બહારગામ ગયા છે."

"તારી ભાભી મળી?"

"હા."

માએ થોડીવાર નેહાની સામે સ્થિર દ્રષ્ટિએ જોયા કર્યું. "એ લોકોએ તારું અપમાન કર્યું લાગે છે. શું વહુએ તને ન ઓળખતી હોય એમ વર્તન કર્યું?"

"ઓ મા," અત્યંત ખેદ અને થોડા ગુસ્સા ભર્યા અવાજે નેહા બોલી,

મહેરબાની કરીને હમણાં કશું બોલીશ નહીં, મને થોડીવાર એકલી પડી રહેવા દે. અપમાન? અપમાન તો કર્યું, પણ મોટા ઘરની દીકરી ખરીને એટલે એની અપમાન કરવાની રીત પણ અનોખી હતી. હું ગઈ તેવા બધા જ જાણે હું મોઘેરી મહેમાન હોઉં તેમ બધા મારી કાળજી રાખવા મંડ્યા. નાસ્તો લઈ આવ્યાં. ને ભાભી એ તો જાણે કશું જ બન્યું નથી એ રીતે વાતો કરવા માંડી."

"અહીંની આપણી સ્થિતિની કશી વાત ન કરી?"

"વાત કરવાની ફુરસદ જ ક્યાં વળી? આટલા ભાવઆદરમાં, ને આટલી મહેમાનગીરીમાં આપણી ગરીબીની વાત શી રીતે કહેવાય?"

"તું ગઈ ત્યારે શું કરતી હતી?"

"પંખો ચલાવીને એના પાળેલા કૂતરાને ખોટું ધમકાવતી હતી. એક કીમતી સાડી લઈને આવીને બોલી, "આ ફેશન ફેરમાંથી ખરીદી.   ₹ 2,000ની છે. આ અઢી હજારની. આ વખતે વર્ષ ગાંઠને દિવસે કાકાએ ભેટ આપી. આ   ₹1500ની. દિલ્હીમાં મારી ફોઈની છોકરી રહે છે તેણે પૈસા મોકલેલા તેમાંથી ખરીદી. આ તમારા મોટાભાઈએ આપી છે. તમે નેહાબેન કદી ફેશન ફેરમાં ગયા છો? ત્યાં સસ્તામાં સારી સારી ચીજો મળે છે. ચાલો ને એક દિવસ જઈએ."

"તે શું કહ્યું ?"

"હું શું કહું? આ મેં પહેરેલો સાડલો ખભાની આગળ ભેરવાયો તેથી ફાટ્યો હતો, એને ઢાંકીને ટૂંટિયું વાળીને બેસી રહી વળી."

"પછી?"

"પછી બે માણસો આવ્યા. એમની વાતચીત પરથી લાગ્યું કે એ લોકો મોટરની દલાલી કરતાં હતાં. મોટરની જાત અને કિંમતનું "કેટલોગ"

ઉઘાડીને જુદી જુદી જાતની મોટર વિશે ચર્ચા કરતાં હતાં. મોટાભાઈ તો હતા નહીં, એટલે ભાભીની જોડે વાતો કરતાં હતાં આખરે મારી જોડે એમની ઓળખાણ કરાવતાં કહ્યું, "આ મારી નણંદ નેહા. એ પણ કેટલાક વખતથી મોટર ખરીદવાનો વિચાર કરે છે. એની જોડે વાત કરો." તું જ કહે માં, માણસ માણસનું આના કરતાં વધારે અપમાન શું કરવાનો હતો?"

"તે શું કહ્યું?"

"બંને મોટર દલાલ ત્રણ ચાર કેટલોગ ખોલીને મારું માથું ખાવા માંડ્યા. કયા મોડેલની કિંમત કેટલી છે, કોનો પીકઅપ સારો છે, કઈ ગાડી ગેલનના કેટલા માઇલ આપે, એ બધું સમજાવવા માંડ્યા. એ વખતે મારા બંને કાન લાલ લાલ થઈ ગયાં. મને મોટરની જરૂર નથી, એમ કહી એમને નમસ્કાર કરીને હું ત્યાંથી ભાગી છૂટી."

10

પ્રકરણ

કોરોના ગલીમાં જેવો એક એક કરતાં આવીને એકઠા થયાં હતાં તેમાંથી જ એક એક કરતાં બે ચાર જણ ખાલી કરીને જતાં હતાં. કીર્તન ગાનમાં છેવટ સુધી ન બેસતાં એ ચાર દર્શકો જેમ ચાલ્યા જાય તે રીતે.

સાયરા વિનય જોડે ચાલી ગઈ એ લોકોનું સગપણ કયાં પ્રકારનું હતું તે કોને ખબર. પણ બાળપણમાં બંને એક નિશાળમાં હતાં. એ બંને નિરાશ્રિતો વચ્ચે સુખ દુઃખની ભાગીદારી એ લોકો ત્યાં હતા ત્યારથી જ શરૂ થઈ હતી કે નહીં તે કોને ખબર? તે પછી બંને જણ દૂર દૂર ફંગોળાઈ ગયા હતા. સાયરા મિશનમાંથી નર્સિંગ સ્કૂલ; ત્યાંથી હોસ્પિટલ અને ત્યાંથી કોરોના સેવાસદનમાં અને વિનયને કેટલા ઘાટના પાણી પીધાં હતા તે કોણ જાણે. પણ હમણાં એક કારખાનામાં હતો. એના બાળપણનાં તોફાનોનાં અનેક નિશાન એની કોણી પર, પીઠ પર ને જાંઘ પર હતાં. મોટી ઉંમરમાં એ નિશાનોમાં એકનો ઉમેરો થયો હતો એ નિશાન હતું ગાલ પર. એક બહુ મોટા ઘાનું નિશાન હતું, અને તે દારૂનો પ્યાલો લઈને લથડી પડ્યો, ને પ્યાલો ગાલમાં બેસી ગયો તેનું નિશાન હતું.

જવાને દિવસે સાયરા એક નાની ચિઠ્ઠી લખીને ગઈ હતી. રૂપાને

મોઢામોઢ કહેવાની એની હિંમત નહોતી. શરીર ઉપર અનેક અત્યાચાર કરીને, વિનય જાતે પણ પાયમાલ થતો હતો. એની માંદી પત્ની તરફ પણ એ ખરાબ વર્તન કરતો હતો. કોઈનું કશું સાંભળતો નહોતો; ફક્ત સાયરાની વાત માનતો હતો. ઘણે ઠેકાણે રખડી રઝળીને જ્યારે એ પાછો સાયરા પાસે આવ્યો હતો ત્યારે સાયરા એને દારૂના પ્રલય-સમુદ્રમાંથી બચાવશે.

એના આ "મહાનવ્રત"ની વાત વાંચીને ચિઢ્ઢીને વાળીને રૂપાએ કહ્યું, "એ મૂરખ છોકરીને એ કેમ સૂઝ્યું નહીં કે એ માણસ આજે એની પાસે આવ્યો છે તે એ દારૂના નશામાં જ આવ્યો છે. એને સાયરા દારૂ છોડાવશે, તે દિવસે એની આંખમાંનો નશો ઉતરી જશે, અને એ તે દિવસ એની પત્ની પાસે જ ચાલ્યો જશે."

અત્યાર સુધી સુરેશ દૂરથી જ શરસંધાન કરતો હતો. એનાથી ક્યારેય મોઢામોઢ આવીને ઊભા રહેવાનું સાહસ થઈ શકે એની તો રૂપા કલ્પના પણ કરી શકતી નહોતી.

કાળાને જો કવિતાનો ઓપ ચઢાવી નીલ કહીએ તો સુરેશ નીલ ક્લેવરનો હતો. એના કપડાં પીળા નહીં, પણ દૂધ જેવા ધોળા, સફેદ હતાં. બારણું ખોલ્યું ને એને જોતાં રૂપા જડ બની ગઈ. ધડામ દઈને બારણું બંધ કરી દેવું કે નહીં એ નક્કી કરતાં જેટલો સમય લાગ્યો તેટલામાં તો સુરેશ ઓરડામાં આવીને બેસી પણ ગયો. એ આવ્યો તે સારું થયું. રૂપા એની જોડે બધી વાત મોઢામોઢ કરી લેવા માંગતી હતી.

"હજી સુધી ઘરમાં જ છે કે ?"

"તમને તો ખબર છે, આજકાલ બહારથી ખાસ કોઈ બોલાવતું નથી."

"એમ કે ? ઉપર ચાલ."

"હા, ચાલો. પણ તમારે હવે શું જોઈએ છે સુરેશ? હજી તમારી પાસે

બીજા કયાં હથિયાર છે?"

સુરેશ બાધાની જેમ જોઈ રહ્યો. "હથિયાર! રૂપા તું શાની વાત કરે છે? મારી સમજમાં તો કશું આવતું નથી."

"સમજમાં નથી આવતું? દૂરથી એક પછી એક બાણ છોડતા જાઓ છો, તમારો શિકાર તરફડે છે કે નહીં તે જોવા પણ જાતે આવ્યા છો, તોયે સમજતા નથી. હવે અજાણ હોવાનો ને ભોળ હોવાનો ઢોંગ ન કરતા, સુરેશજી! તમે સાપ્તાહિકમાં કોરોના સેવા સદનને નામને કલંક લાગે એવું ગંદું લખાણ નથી લખ્યું તમે પ્રચાર કર્યો નથી કે? લગ્ન જીવનની બહારનું સુખ જો કોઈને જોઈતું હોય તેણે કોરોના સેવા સદનમાં જવું ? અમે પૈસા લઈને ગર્ભપાત કરાવીએ છીએ, એવી બદનામી પણ તમે નથી કરી? બોલો ને."

શરૂઆતમાં તો સુરેશ જાણે પોતે ભલો ભોળો માણસ હોય તેવું મોઢું રાખીને બેઠો રહ્યો, પણ ધીરે ધીરે એના મોઢાની રેખાઓ કઠણ બની ગઈ. જાણે પોતાના કામનો બચાવ કરતા હોય તેમ બોલ્યો, "હા, મેં જ એ બધું કર્યું છે. પણ મેં એ તારા ભલા માટે કર્યું છે, રૂપા! જો તારો વિચાર બદલાય; જો-"

"મેં વિચાર બદલ્યો છે કે નહીં તે જોવા માટે જ તમે આજે આવ્યા લાગો છો. તમે તમારે ઘેર જાઓ સુરેશ! ઘેર જઈને તમારી કલમમાં જેટલું ઝેર ભર્યું હોય તે બધું તમારા લખાણમાં ઠાલવતા જાઓ. તમારા ઝેરનો મને હવે ડર નથી."

અધી મીચેલી આંખોથી રૂપા તરફ મુગ્ધ ભાવે જોતો સુરેશ હસ્યો. "મને ખબર છે, એટલે તો હું વારંવાર અહીં આવું છું."

પણ સુરેશનાં બધાં હથિયારોની રૂપાને ખબર નહોતી. ફક્ત શબ્દો દ્વારા જ એ તીર મારતો નહોતો, પણ ઘર ફોડવાનું હથિયાર પણ એની પાસે હતું.

સાયરા ગઈ હતી, નીતા પથારી વશ હતી, સરોજ ઊંડું ઊંડું કરતી હતી. સરોજ ઘણીખરી બહારની બહાર ફરતી હતી, ઘરમાં આવીને થાકીને લોથપોથ થઈને પડતી ને કહેતી, "સખત માથું દુખે છે રૂપાબેન!"

"રાત દિવસ ભટક્યા કરે તો માથું દુખે જ ને?"

"શા માટે ભટકું છું એ તો વિચારો. મારું નસીબ મને ભટકાવે છે. ને વળી રખડવાથી કંઈ માથું થોડું દુ:ખે? પેટમાં કંઈ પડ્યું હોય તો માથું દુ:ખે નહીં, ને દુ:ખે તોયે સહન થાય. રસ્તામાં ફરતાં ફરતાં મારા પગ તો લથડિયાં ખાતા હોય, પુરુષ હોત તો એકાદ ઝાડ નીચે બેસીને થોડો આરામ પણ લઈ શકાય. પણ બૈરાની જાત, રસ્તા પર છાયામાં બે મિનિટ ઊભા હોઈએ, તોયે લોકો તાકી તાકીને જોયા કરે. કંઈ ઓછો ત્રાસ છે? ભૂખ લાગે ત્યારે પાંચ -દસ રૂપિયાની સિંગ લઈને રસ્તામાં ખાતાં ખાતાં જવું, અથવા રસ્તા પરના નળે ખોબે ખોબે પાણી પીવું પણ બહુ ખરાબ લાગે છે."

ગલીને નાકે જ્યાં એને પાર્ક આગળનો મોટો રસ્તો મળે છે, ત્યાં એક દિવસ સાંજે રૂપાએ જોયું કે સરોજ કોઈની જોડે ઊભી ઊભી વાતો કરતી હતી. એ માણસનું મોઢું બીજી બાજુએ હતું, ને વળી અજવાળું ઘણું ઓછું હતું, એથી બરાબર દેખાયું નહીં. તેમ છતાં માણસની ઢબ ઢબ પરિચિત લાગી.

સરોજ ઘેર આવશે ત્યારે એને પૂછીશ એમ રૂપાએ મનોમન નક્કી કર્યું હતું. પણ રૂપાને પૂછવાનું યાદ ન રહ્યું.

ત્રણેક દિવસ પછી રૂપાએ રિક્ષામાંથી નીચે ઉતરતી એને જોઈ. એની પાછળ પાછળ રૂપા ચાલવા લાગી. સરોજને એની ખબર ન પડી. ઘરના આંગણામાં સરોજ પેઠી એટલે રૂપાએ એની પીઠ પર હાથ મૂક્યો, "ક્યાં ગઈ હતી?"

સરોજ એક ક્ષણ તો ચમકી ગઈ, પછી બીજી ક્ષણે એણે હસવાનો પ્રયત્ન કર્યો ને કહ્યું," ઉંહ, રૂપાબેન! આજે એટલું રખડી છું, એટલું રખડી છું, કે મને લાગે છે કે મારા પગ જ ખોટકાઈ ગયા છે."

દાદર ચડતાં ચડતાં રૂપા હળવેથી બોલી, "સરોજ, તારી વાત સાંભળીને નવાઈ લાગે છે. રિક્ષાના આંચકાથી કમરમાં કે પીઠમાં દુ:ખે એ તો સાંભળ્યું છે પણ પગ ખોટકાય એ તો આજે તારી પાસેથી પહેલ વહેલાં સાંભળ્યું."

સરોજ હિબતાઈ ગઈ. ને કશો ખુલાસો કરવા જતી હતી પણ રૂપાની આંખો સામે જોઈને એની કશું કહેવાની હિંમત ન ચાલી.

સરોજ પોતાને માટે રોજ પા લીટર દૂધ અલાયદું લેતી હતી, અને તે દિવસે ફરીને પાછી આવી ત્યારે સાબુની બે ગોટી લઈ આવી હતી. વળી સુગંધી તેલ, ફેર એન્ડ લવલી એ પણ એણે વસાવ્યા હતા: આ બધું એ પથારીની નીચે સંતાડી રાખતી.

સરોજ તે દિવસે બારણું બંધ કરીને, અરીસાની સામે ઊભી રહીને મોઢા પર ક્રીમ ઘસતી હતી, અને તે પણ સૂવા પહેલાં. એણે માન્યું હતું કે રૂપા ઉંઘી ગઈ છે. શરૂઆતમાં એને ખબર પડી નહીં કે ગળા સુધી ચારસો ઓઢીને એની તરફ જ જોતી હતી. પણ ક્રીમ સંતાડવા ગઈ ત્યાં રૂપાને એની તરફ એકીટશે જોતી એણે જોઈ.

"મારા બંને ગાલ ફાટી ગયા છે તેથી રૂપાબેન જરા-"

રૂપાએ માથે મોઢે ચારસો ઢાંકી દીધો ને પડખું ફેરવી ગઈ.

શિયાળામાં મોઢું ફાટી જાય એમાં કંઈ અચરજ નહોતું, પણ અચરજ તો એ વાતનું હતું કે આટઆટલાં ફેર એન્ડ લવલી ક્રીમ આવે છે ક્યાંથી?

એની મરજી હોત તો એ સરોજને પૂછી શકત. એની હાજરીમાં પથારીની નીચે ખોળાખોળ કરીને રહસ્ય શોધી શકાયું હોત. પણ રૂપા એટલી નીચે ઉતરી શકતી નહોતી. એ ઠોકર ખાઈને પાછળ પડે, પણ નીચે ન ઉતરે.

હોળી મહિનાની શરૂઆતમાં જ એક દિવસ ટપાલમાં ગુલાબી પરબીડિયાંમાં ઘણી બધી કંકોત્રીઓ આવી. એ સરિતાના લગ્નની કંકોત્રીઓ હતી. બધાને નામે કંકોત્રીઓ આવી હતી. નીચે સુરાગના બાપના નામની સહી હતી. તેના પરથી લાગતું હતું કે લગ્ન પરંપરા પ્રમાણે બાપ જ કરાવતા હતાં. આખર સુધી સુરાગના પિતા સંમતિ આપશે કે નહીં તે વિશે સરિતાને શંકા હતી. પણ બધુ હેમખેમ પાર ઉતર્યું હતું, તે કંકોત્રીમાં જેના નામથી નિમંત્રણ આપવામાં આવ્યું હતું, તેનાથી સ્પષ્ટ થતું હતું. રૂપાએ મનોમન સરિતાના પ્રફુલિત ચહેરાની કલ્પના કરી.

દરેક કંકોત્રીની પાછળ સરિતાએ દરેકને સંબોધીને લગ્નમાં આવવાની આગ્રહભરી વિનંતી કરી હતી. છતાં પણ રૂપાને થયું કે સરિતા જાતે આવીને બધાને લગ્નમાં આવવાનો આગ્રહ કરવો જોઈતો હતો. કદાચ લગ્નની ખરીદીમાં રોકાઈ હશે. તો પણ પાંચ -સાત મિનિટ તો કાઢી શકી હોત.

આમ છતાં, આટલા સમયનાં બહેનપણા; એટલે કાગળ મારફત નિમંત્રણ મોકલ્યું તો દરગુજર કરવું જ રહ્યું, ને બધા પાસે જે કંઈ હોય તે એકઠું કરીને એને મનપસંદ લગ્ન ભેટ પણ આપવી જ જોઈએ.

બધાં મળીને ₹2,000 એકઠા થયાં. એટલામાં તો મનપસંદ ચીજ મળવી મુશ્કેલ હતી, છતાં એની રુચિ પ્રમાણે કંઈક લઈને મન મનાવવાનું. એમ તો સરિતાને પણ ક્યાં ખબર નથી કે કોરોના સેવા સદનની બહેનપણીની હાલત કેવી છે. ત્રણેય જણે સાથે જવાનું નક્કી કર્યું, પણ જતી વખતે જ સરોજ અચકાઈ.

"તને શું વાંધો પડ્યો?" રૂપાએ પૂછ્યું.

સરોજએ બીજી તરફ મોઢું ફેરવ્યું. પછી કહ્યું, "મારું શરીર સારું નથી. તમે ને હું કાંઈ જુદા છીએ? તમે જાઓ એટલે હું ગઈ એમ જ ગણાય ને ?"

"શરીર સારું નથી." જરા ઊંચે સાદે રૂપા બોલી, અને તેની તરફ વેધક દ્રષ્ટિથી જોયું. પછી જરા હસીને રૂપા બોલી, "તારું શરીર તો સારું જ છે, મને ઠીક નથી. સરિતાના લગ્ન થાય છે, સરિતા સુખી થઈ, તેથી તું અદેખાઈથી બળી મરે છે, ખરું ને? પેલા મેડિકલ સ્ટુડન્ટ પર તારી નજર હતી, ખરું ને? બોલને?"

સરોજએ કશો જવાબ આપ્યો નહીં. જો એ કશો પણ જવાબ આપત તો રૂપા એને બીજું કેટલુંય સંભળાવત, ને એના હૃદયની બધી આગ ઠાલવી નાખત. પણ સરોજ એક અક્ષર પણ બોલી નહીં, ને ભીંતની તરફ મોઢું રાખીને સૂઈ જ રહી. રસ્તા પર આવતાં રૂપા બેચેન બની ગઈ. ગુસ્સામાં આવીને એક બે કડવી વાત સરોજને કહી એ ઠીક ન કર્યું. ગમે તેમ એ તો છોકરીવાદી છે, એમને રૂપા સિવાય બીજા કોનો આધાર છે? આટઆટલું વિત્યું તેમ છતાં રૂપાએ કોઈને પણ જરા જેટલીયે આધાત કર્યો નહોતો, આજે કોણ જાણે શું થયું તે ગમે એવી કડવી વાતો કહેવી પડી.

સરિતા જે બોડિંગમાં રહેતી હતી તેના સુપરિન્ટેન્ડન્ટના ઘરમાં જ લગ્ન સમારંભ હતો. આટલી ધામધૂમ હશે તેની તો રૂપાને કલ્પના સરખી નહીં. દરવાજો ફૂલોથી સજાવ્યો હતો, સારી એવી રોશની હતી, ચોળી પણ કલાત્મક રીતે શણગારી હતી. સાધારણ ઓળખાણ વાળાને પણ આમંત્રણ આપવામાં આવ્યું હતું, ને ચારેક મોટર પણ બહાર ઊભી હતી. ડૉક્ટર વિકાસ પણ આવ્યા હતા. એ તો બહુ કામગરા માણસ. એમણે કશું ખાધું નહીં એ બહાર કોઈ ઠેકાણે ખાતા નહોતા, તો પણ આવ્યા હતાં. સુરાગ તથા સરિતા બંને માટે એમને ઘણો પ્રેમ હતો એથી

આશીર્વાદ આપવા આવ્યા હતાં.

આશીર્વાદ આપવા આવ્યા ત્યારે સરિતાની પાસે રૂપા તથા નીતાને જોઈને જરા ખચકાયા, ને આગળ આવતાં અટકી ગયા. એમનાં ભવાં આપોઆપ સંકોચાયાં હતાં, તેને ઢાંકવા માટે એમણે રૂમાલ કાઢીને મોઢું લૂછ્યું, ચશ્મા બરાબર ગોઠવ્યાં. રૂપાને ચિંતા થઈ કારણ કે આ બધી ઉપદેશ ઝાડવાની નિશાની હતી. એને થયું કે આટલા બધા લોકોને સામે જ એને તથા નીતાને એમના કાર્યમાં નિષ્ફળતા શા માટે મળી, તે નવ વધુના વેશમાં ઊભેલી સરિતા એને જેણે રૂપા જોડે સંપર્ક રાખવાની મના કરેલી તે સુરાગના દેખતાં જ એ ભાષણ ઝાડશે તો આ બધા આગળ બેઆબરૂ થવું પડશે.

પણ આજે ડૉક્ટર વિકાસ ઘણા કામમાં હતાં. ઉપદેશ ઝાડવાની આજે એમને ફુરસદ નહોતી. સરિતાને પોતાની શુભકામના વ્યક્ત કરીને એ ચાલ્યા ગયાં.

સરિતાને ઘરની અંદર અકળામણ થતી હતી. એણે કહ્યું, "ચાલોને રૂપાબેન, જરા અગાસી પર જઈએ. નહીં તો જરા ખુલ્લી હવામાં બહાર જઈને વાતો કરીએ."

જરા અળગા બહાર જઈને સરિતાએ કહ્યું, "રૂપાબેન! તમે લોકો આવ્યા એટલે હું ખૂબ રાજી થઈ. હું જાતે આવી ન શકી તેથી સરોજ ગુસ્સે થઈ લાગે છે, એટલે જ એ આવી નહીં ખરું ને?"

રૂપા કંઈ ખુલાસો આપવા જતી હતી, પણ એ તરફ સરિતાનું ધ્યાન ન હતું.

"જાણો છો, રૂપાબેન! આ લગ્નનો બધો ખર્ચ એમણે આપ્યો છે. બધો જ. એના બાપુજી આવીને મને જોઈ ગયા હતાં. એ કેટલા બધા સારા માણસ છે! શું કહું! એની માં તો જીવતી નથી, મારે જ જઈને સંસારનો બધો ભાર ઉપાડવો પડશે. બોલો તો રૂપાબેન, મારાથી એ ભાર

ઉપાડાશે? સંસારની મને શી ખબર?"

રૂપા મોઢું દબાવીને હસતી હતી. એણે કહ્યું, "એ તો ધીરે ધીરે તમે સમજાશે. બધાને એમ જ સમજાય છે ને? તને છોકરો આવે ત્યારે મને ખબર આપજે સરિતા; પહેલેથી તારો કેસ રિઝર્વ કરાવું છું."

માથું રૂપાની ગરદન પર ઢાળીને, એની બે શરમાળ આંખો ઉંચી કરીને બોલી, "રૂપાબેન! છોકરો નહીં થાય."

રૂપાએ હસતાં હસતાં કહ્યું, "છોકરો નહીં થાય એટલે?"

"એટલે કે પહેલો છોકરો નહીં છોકરી; એ કહે છે કે પહેલી છોકરી હોય તો સારું."

રૂપા પ્રેમથી સરિતાની તરફ તાકી રહી. સરિતા કેવી ભલીભોળીને સુખી લાગતી હતી? ને કેટલી સુંદર લાગતી હતી. એને સુરાગ આવી પત્ની મેળવવા ખરેખર બહુ ભાગ્યશાળી લાગ્યો. રૂપાએ છોકરીઓ કેટલું અલ્પ પામીને સંતોષ પ્રાપ્ત કરે છે તે સરિતા દ્વારા જોયું. કોને ખબર કે છોકરીઓનું ભોળપણ એ જ એના સુખનું કારણ હોય, અને સુંદરતાનું કારણ પણ સુખ હોય.

પાછા ફરતાં જેટલું મોડું થશે એમ માન્યું હતું તેટલું મોડું ન થયું. ધાર્યા કરતાં ઘણું વહેલું પત્યું આજે એક સાથે ઘણાં લગ્નો હતાં. ઘણા ઘરો પર રોશની હતી. ગલીમાં પ્રવેશ્યાને પછી ઘરનું બારણું ખૂબ ઠેલવું પડ્યું.

"સરોજ ઉંઘી ગઈ લાગે છે." નીતાએ કહ્યું.

પાછા ઘણા સમય સુધી બારણાં ખખડાવ્યા ત્યારે જોરથી બારણું ખુલ્યું. અંદર પેસતાં પેસતાં રૂપાએ જરા ચીડાઈને કહ્યું, "અત્યાર સુધી શું કરતી હતી?"

"ઊંઘતી હતી."

રૂપાએ સરોજ તરફ વેધક દ્રષ્ટિએ જોયું. ચોળાયેલું લૂગડું, ખુલ્લાં બટનવાળું બ્લાઉઝ તથા આળસ મરડવાના હાવભાવ- એ બધું હોવા છતાં એની આંખ પરથી એમ લાગતું નહોતું કે, એ હમણાં જ ઊંઘમાંથી ઉઠી હોય. એથી સરોજ નકામું જૂઠું બોલી એનું એને આશ્ચર્ય થયું.

પણ હજી હવે એને વધારે આશ્ચર્ય થવાનું હતું એમના બેઠક ખંડનું બારણું વાસેલું હતું. અંદર બલબ બળતો હતો, એ જોઈને રૂપાએ ધીરે ધીરે બારણું ઉઘાડયું. ખુરશી પર બેઠો બેઠો સુરેશ એક ચોપડી વાંચતો હતો.

"આ વખતે તમે ક્યાંથી અહીં આમ?"

સુરેશે ચશ્માં ઉતાર્યા અને ગજવામાં મૂક્યા. બોલ્યો, "તું આટલી બધી મોડી આવી? હું ક્યારનો બેઠો બેઠો-"

"હું પૂછતી હતી કે તમે આ કસમયે ક્યાંથી આવી ચડ્યા?"

"હું તો આવું છું!" સુરેશ હસ્યો, "અને તને તો ખબર છે કે સાંજ સિવાય મને વખત મળતો નથી. તું તો જુએ છે કે મેં હજી આશા છોડી નથી."

પછી સુરેશએ ગજવામાંથી એક છાપેલો કાગળ બહાર કાઢ્યો: "આ વાંચ."

એની ઉપર નજર ફેરવતાં રૂપા આશ્ચર્યમાં ગરકાવ થઈ ગઈ. એણે સુરેશ તરફ જોયું, એ ત્રાસી નજરે એની તરફ જોતો હસતો હતો. આજે સુરેશ એક નવું શસ્ત્ર લઈને આવ્યો હતો. એ કાગળમાં સંપાદકોએ પૂરી તપાસ કરી ત્યારે જાણવા મળ્યું કે વલસાડની એક સેવિકા પ્રતિષ્ઠાને નામે જે અત્યાર સુધી અવળો પ્રચાર થયાં કર્યો છે એમાંનું કશું જ સાચું

નથી, વગેરે.

"આ તમે લખ્યું છે?"

સુરેશે ડોકું હલાવીને હા પાડી. "હા. મેં જ. હવે તને ખાત્રી થઈ હશે કે હું તદ્દન ખરાબ માણસ નથી. તું મારી પર વિશ્વાસ રાખ રૂપા."

એને અટકાવતા રૂપાએ કહ્યું, "એમ ઘડીકમાં મારો મત બદલાતો નથી. આજે હવે તમે જાઓ સુરેશ. મને થોડા વિચાર કરવાનો વખત આપો."

"ભલે." સુરેશ બહાર જતાં જતાં બોલ્યો, "મને ફક્ત બૂરું કામ કરતાં જ આવડે છે એવું નથી."

સુરેશ ગયો એટલે રૂપા શયનખંડમાં ગઈ. સરોજ પાછી સૂઈ ગઈ હતી. રૂપાએ પૂછ્યું, "સૂતી છે કે?"

સરોજે કશો ઉત્તર આપ્યો પણ એણે શું કહ્યું તે બરાબર સમજાયું નહીં.

રૂપાએ પૂછ્યું, "પેલો માણસ ક્યારે આવ્યો હતો?"

"ઘણા વખતથી. તમે લોકો ગયા પછી તરત જ."

"આટલી બધી વાર, ત્રણ-ચાર કલાક,એ પેલા ઓરડામાં બેઠો રહ્યો, ને તું અહીં સૂતી રહી?"

"હા, રૂપાબેન."

રૂપાએ અંતભેદી દૃષ્ટિએ સરરોજ તરફ જોયું. માણસની જીભ જે કહેતી હોય તેનાથી ઉલટી વાત આંખ કહેતી હોય છે. જુઠ્ઠી વાતની એ જ મુસીબત હોય છે.

રૂપાએ જોરથી સરોજનું કાંડુ પકડીને ભીંસ્યું. "તું છુપાવે છે સરોજ? એ માણસ આખો વખત આ ઓરડામાં જ હતો. અમે લોકો આટલા જલદી ચાલ્યા આવશુ એની તમે લોકોએ કલ્પના જ નહીં કરેલી. મારી વાત સાચી છે ને? બોલ ?"

સરોજનો હાથ બરાબર જકડાયો હતો. એણે ચીસ પાડતી હોય એવા અવાજે કહ્યું, "હાથ છોડો રૂપાબેન!"

રૂપાએ એનો હાથ એક જ સ્થિતિમાં રાખીને કહ્યું, "આજ માણસ જોડે તું રિક્ષામાં ફરતી હતી, એ જ તને સાબુ, ફેર એન્ડ લવલી વગેરે ભેટ આપતો હતો, ખરું ને ? મને કેટલાક વખતથી સંદેહ હતો, પણ પહેલાથી મારે આ સમજી લેવું જોઈતું હતું. જો સાંભળ! સરોજ. તેને ચોખ્ખે ચોખ્ખું કહી દેજે કે એ અહીં પગ ન મૂકે."

સરોજ કંઈ કહેવા જતી હતી પણ રૂપા બોલ્યે જતી હતી, "હું એની રગેરગ જાણું છું, તું મને શું કહેતી હતી? તને પણ કહી દઉં છું સરોજ, કે અહીં રહેવું હોય તો આ બધું નહીં ચાલે."

તે દિવસે મોડી રાત સુધી રૂપાનો ઉશ્કેરાટ સમ્યો નહીં. સુરેશનું વિજયી રૂપ એની આંખો સામે આવતું હતું. આ વખતે બહારથી ઢેફા કે પથરા મારીને નહીં, પણ ઘરની અંદર ઘૂસીને એણે પ્રહાર કર્યો હતો. રૂપા રાજી ન થાય તો કંઈ નહીં, કંઈ ગુજરાતમાં છોકરીઓનો તોટો નથી. રૂપાના ઘરમાં જ એવી છોકરીઓ છે, જે સુરેશના એક ઇશારે એની પાછળ પાછળ આવવા તત્પર છે.

ગુસ્સાથી રૂપાના કપાળ પરની નશો તંગ બની ગઈ. એને ચીડ ચડી સરિતા પર - એણે કેવી મમતાથી ગૃહસ્થાશ્રમ માંડ્યો હતો; નીતા પર - માંદી છોકરી જે એને માથે પડી હતી; ચીડ ચડી ચડી સુરેશ પર, સરોજ પર;- પણ અહીં તો પેટ ભરીને ખાવાનુંય મળતું નથી- એવી બદમાશ માણસની વાતથી ભોળવાઈને- છિ, છિ. રૂપાની પોતાની ઘરની

છોકરીને ભોળવીને એણે રુપાને માત કરી; એ જ એની આંખમાં કણીની જેમ ખૂંચતું હતું.

બરાબર બે દિવસ પછી સવારે ઊઠીને જોયું તો સરોજ ગાયબ. પથારીમાં એક ચિઠ્ઠી મૂકી ગઈ હતી. ચિઠ્ઠી બહુ ટૂંકી હતી. એમાં હતું: "હું જાઉં છું. નિશ્ચિત રહેજો કે હું ખોટે માર્ગે જતી નથી. સુરેશ જોડે મારો સંબંધ તમે ધારો છો તેવો નથી. અમારા લગ્ન થવાના છે. આવતા અઠવાડિયામાં જ તિથિ નક્કી થઈ છે. આશીર્વાદ ન આપી શકો તો ક્ષમા કરજો."

ચિઠ્ઠીના ફાડીને ટુકડે ટુકડા કરતાં રુપા વિચારવા લાગી, "આ શો ચમત્કાર થયો? સરોજ સુરેશને પરણશે? ચમત્કાર જ કહેવાય ને?"

સરોજ જે મૂકી ગયેલી તે સુગંધી તેલની શીશીને રુપાની ઠેસ વાગીને એ ઉછળી પડી. ક્રીમની ખાલી બાટલી પણ ત્યાં પડી હતી. એક ફાટેલું લૂગડું બારણાં પાસે ખૂણામાં પડ્યું હતું. એ સરોજ સાથે લઈ ગઈ નહોતી.

નીતા હજીય પથારીમાં સૂતી હતી. તે દિવસે રુપા ગુસ્સે થઈ હતી. પણ આજે એનું મન કરુણાથી ભરાઈ ગયું. અથવા એક રીતે કહીએ તો એનું મન ખાલી થઈ ગયું હતું.

ધીરે ધીરે રુપા નીતા પાસે ગઈ, ને એના માથા આગળ ઊભી રહીને બોલી, "આખરે તું ને હું બે જ રહી ગયા. નીતા. તું ને હું બે જ."

11

પ્રકરણ

ટેબલ પર કોણીઓ રાખી અને બે હાથ વડે માથું ઢાંકીને મહેન્દ્ર ચૂપચાપ બેઠો હતો. હજુ પ્રેક્ટિસ રૂમમાંથી બધા લોકો આવ્યા નહોતા. વાતચીતના જુદા જુદા અવાજો, અને અનેક માણસોના ચાલવાથી થતા જોડા તથા ચંપલના અવાજો, થોડા સમયમાં જ રોશની ઝળકી ઉઠશે ને બધું સમાધાન થઈ જશે. એક દિવસની પ્રેક્ટિસ ઝળકી ઉઠશે, રોગનું કશું ચિન્હ નહીં રહે.

મહેન્દ્રની વેક્સિનનો આજે આખરી ટ્રાયલ પૂરો થયો. થોડા સમય પૂર્વે આખું વાતાવરણ ઉત્તેજના ભર્યું હતું. લેબોરેટરીના માલિકે ભાષણ આપ્યું હતું. જેના ઉત્તરમાં મહેન્દ્રને પણ કંઈક બોલવું પડ્યું. તે પછી વેક્સિન પ્રેક્ટિસ શરૂ થયું. દરેક સ્ટેજના અંતમાં તાળી પડતી હતી એટલું જ નહીં, કેટલાક સ્ટેજ ફરી પ્રયોગાત્મક ધોરણે પ્રેક્ટિસ ટ્રાયલ કરવા ફરમાઈશ થતી હતી.

જે વેક્સિન શોધાયા પછી ઘરમાં પેટીની નીચે છ મહિના સુધી અજ્ઞાતવાસમાં પડી રહેલી, ને ટ્રાયલ પછી વેક્સિન વિકેતાની દુકાનો પર અવજ્ઞાતવાસમાં ધૂળ ખાતી હતી, એના જ ટ્રાયલનો દિવસ શરૂ થશે એ વાત મહેન્દ્ર પોતે જ માની શકતો નહોતો.

પણ આ છ મહિનામાં મહેન્દ્રની વિશ્વાસ કરવાની શક્તિ ઉત્તરોત્તર વધતી જતી હતી. મહેન્દ્રને કશામાં વિશ્વાસ નહોતો, ન ઈશ્વરમાં, ન ધર્મમાં. પતિવ્રતા, પત્ની પ્રેમ, પુત્રસ્નેહ, માતૃભક્તિ વગેરે મોટી મોટી ભાવનાઓ એને હાસ્યાસ્પદ લાગતી. પણ એની માન્યતા ધીરે ધીરે બદલાતી જતી હતી. એની વિશ્વાસ કરવાની શક્તિ ક્રમશ: વધતી જતી હતી. ધર્મમાં, ઈશ્વરમાં, દૈવમાં. ફક્ત સુવચની દૈવી અને ઈતુદેવની પૂજા સિવાય બધા આચાર-અનુષ્ઠાનમાં પાપીઓને અનંત નરકવાસ ભોગવવા મોકલી દે એટલી ઈશ્વરીય શક્તિ એની નહોતી, તો પણ એનું સામર્થ્ય જેટલું હતું તેટલાનું તો એણે એની વેક્સિનમાં સંયોજન કર્યું હતું. મહેન્દ્રની વેક્સિનમાં, કોરોના વાયરસના નસીબમાં અનંત પસ્તાવાની શોધ હતી.

ભાગ્ય એમની બાજુથી મોઢું ફેરવીને છાનું છાનું હસતું હતું, જે પરથી ફલિત થતું હતું કે મહેન્દ્ર નસીબમાં માનતો હતો.

દેશમાં બે વેક્સિન કંપનીઓ ચાલતી હતી, આ વેક્સિનની ટ્રાયલ, ડ્રાયલ થઈ ગયા હતા ને બીજી વેક્સિન પણ લોકપ્રિય બની હતી. વેક્સિનનું રસીકરણ એ બહુ લાભદાયી છે. જીવનની ન્યાયરચનાની મોટી જવાબદારી નહીં, ફક્ત કેટલાંક તત્ત્વોને લઈ એમને મિશ્રણ પ્રગટ થાય એવા કેટલાંક મિશ્રણો કરાવો, થોડુંક અવાસ્તવિક, થોડું અતિવાસ્તવિક, થોડા આકસ્મિક તત્ત્વો એનું નામ જ વેક્સિન.

જ્યાં સુધી એ લેબોરેટરીમાં નાની મોટી શોધ કરતો હતો ત્યાં સુધી મહેન્દ્રને કોણ ઓળખતું હતું? અન્ય લેબોરેટરીના માલિકો એની શોધની નકલો કરી થોડા ફેરફારો કરી પોતાનું નામ આપતા હતા. વૈજ્ઞાનિકો ક્યારેક એની સખત ખબર લઈ નાખતા, તો ક્યારેક એની પીઠ થાબડતાં. બે ચાર પંક્તિમાં એની શોધના વિશ્લેષણ વાંચી એનો આત્મવિશ્વાસ ડગી જતો. એને થતું કે આ બધું શોધવાથી વળ્યું શું? આ દૃષ્યક્રમાં ફર્યા કરવાથી ફાયદો શો? જેની દ્વારા અમૃત મળવાનું નથી એને લઈને એ કરે શું?

એના કરતાં તો આ સારું. અહીં પ્રવેશ મેળવવો દુષ્કર ખરો, પણ એકવાર રજા ચિઠ્ઠી મળ્યા પછી કશી મુશ્કેલી જ નહીં. પછી જાણે આપણું ગુલામ હોય તેમ નસીબ આપણી સેવા કર્યા જ કરે. એમાં હરીફાઈ પણ ઓછી પ્રેક્ષકોની તાળીઓ પરથી વેક્સિનની સફળતાનો ક્યાસ નીકળે. સ્વદેશી વેક્સિન અહીં વિજ્ઞાનના એક અંગરૂપે દ્રષ્ટિએ પડતું નથી, એની શોધ જ અનોખી છે.

ગળામાં ગુલાબનો હાર, ગજવામાં નોટોના થોકડા, મહેન્દ્રની બધી સમસ્યા ઉકલી ગઈ હતી.

"ઘેર જવું નથી?"

માથું ઊંચું કરીને મહેન્દ્ર ઉપર જુએ છે તો ચંપા. એ હાથ ધોઈને કપડાં બદલીને આવી હતી. હાથ બરાબર ધોવાયા ન હોવાથી સેનીટાઇઝરની હજી વાસ આવતી હતી.

ચંપાએ એક નિસાસો નાખીને કહ્યું, "મને બહુ ઊંઘ આવે છે."

"ચાલો."

ગાડીમાં ઢગલો થઈને પડતાં ચંપાએ પૂછ્યું, "આજે મેં મારી ફરજ કેવી નિભાવી બોલો તો?"

"સરસ. ખૂબ સરસ."

ચંપા ખડખડાટ હસી પડી ને બોલી, "આમ સરસ સરસ કહીને વાત ટાળો નહીં. બીજા દિવસના પ્રેક્ટિસ કરતાં આજના પ્રેક્ટિસમાં કામ સારું હતું કે નહીં તે નિખાલસતાથી કહો. તમે માનતા લાગો છો કે જેટલી તાળીઓ પડી તે તમારી શોધને લીધે જ. જો મેં મારો આત્મા રેડીને પ્રેક્ટિસ કર્યા ન કર્યું હોત તો લોકો આટલા બધા ખુશ થાત ખરા ?"

ચંપાનો હાથ દબાવતાં મહેન્દ્ર બોલ્યો, "મેં ક્યારેય એવી બેહૂદી વાત કરી છે કે બધો યશ મારો જ છે?"

ચંપા જરા દૂર ખસી પણ એણે મહેન્દ્રના હાથમાંથી હાથ લઈ લીધો નહીં, "તો તો હું યશની ભાગીદારી ખરી ને?"

મહેન્દ્રએ પોતાના ગળામાં જે હાર હતો તે કાઢીને ચંપાને પહેરાવી દીધો, "બધો યશ તારો જ છે. ફક્ત તારો જ. હવે તો રાજીને!"

ચંપા જેટલી આઘી ખસી હતી, તેટલી નજીક આવી, ને પછી હારના ફૂલોની પાંખડીઓ તોડી બોલી, "છી, આ ફૂલોમાં તો સુગંધ જ ક્યાં છે?"

"ના, સુગંધ છે." ત્યારે એણે એક હાથ ચંપાની કમરની આસપાસ વીંટાળ્યો તે ખબર ન પડી. મહેન્દ્ર એના મોઢા આગળ પોતાનું મોઢું લઈ જઈને બોલ્યો, "ગંધ પણ છે... જો ગંધ છે ને?"

બે હાથ વડે નાક ઢાંકીને ચંપાએ મોટરની બારી તરફ મોઢું ફેરવીને કહ્યું. "વળી એ ગંધ. આજે ફરી પાછું તમે ઢીચ્યું લાગે છે."

"થોડોક જ પીધો છે." મહેન્દ્રએ કહ્યું, "એ તો જરા જીભ ભીની કરવા. કમળપત્ર પર શિશિર બિંદુની જેમ. ભાષણ આપવાનું હોય ત્યારે મોઢું સુકાઈ નહીં તેની તૈયારી રાખવી જોઈએ ને?"

ગાડી આવીને ચંપાને આંગણે ઉભી રહી.

"તારા ડ્રાઇવરને કહે કે મને ઘેર પહોંચાડે."

મોટરનું બારણું ઉઘાડીને ચંપા નીચે ઉતરીને ઊભી હતી. બોલી, "એ તો પહોંચાડશે. પણ તે પહેલાં તમે ઘરમાં થોડી વાર આવોને."

"ના. મારું માથું સખત દુ:ખે છે."

એના નાનકડા કાંડા ઘડિયાળમાં વખત જોતા ચંપા બોલી, "આવો ને હવે. માન શું મંગાવો છો? હજુ કંઈ એવું થયું નથી. હજુ તો 11:00 વાગ્યા છે."

ચંપા બત્તીના અજવાળા નીચે ઊભી હતી. એના મોઢાના એક ભાગ પર અજવાળું પડતું હતું, જ્યારે બીજો ભાગ ઢંકાયેલો હતો. ઉપર જઈને વીજળીના અજવાળામાં એ ભાગ જોવાનો લોભ આખરે વિજયી નીવડ્યો. મહેન્દ્રએ કહ્યું, "ચાલ ત્યારે."

વીજળીનું બટન દાબતાં ઓરડામાં ભૂરો પ્રકાશ છવાઈ ગયો. સ્પ્રિંગવાળા પલંગમાં ચંપાએ લંબાવ્યુ, ને ભીંત પર પગ ટેકવ્યા. ઇશારાથી મહેન્દ્રને પલંગ પર જ બેસવા જણાવ્યું.

"કેમ કંઈ વાતો કરતાં નથી? શું થયું છે તમને?"

"ખૂબ તરસ લાગી છે. પાણી મંગાવી આપ."

ચંપા ઉઠીને બેઠી ને શિયાળાની રાતમાં પણ પંખો ચલાવ્યો. પૂછ્યું, "સોડા મંગાવું?"

"આપ...." મહેન્દ્રએ કહ્યું, "પણ સોડા તો ફક્ત અનુપાન છે, થોડી દવા છે?"

"દવા પણ મારી પાસે છે." ઓશિકા નીચેથી ચાવી કાઢીને ચંપા લથડિયાં ખાતી ખાતી કબાટ પાસે ગઈ. ને હસતી હસતી પાછી આવી. "આ લ્યો. જે પીવાથી માથું દુખે તે જ પાછું બે ઘૂંટડા પીવાથી ઉતરી પણ જાય સમજ્યા?"

મહેન્દ્રએ ડોકું ધુણાવ્યું. એના કાનની પાસે એક છન છન એવો અવાજ થયો. કોને ખબર એ ચંપાની ચાવીનો અવાજ હતો કે બીજા કશાનો. સ્નાન ગૃહમાંથી પાછી આવીને ચંપાએ ચાંપ દાબી. ને અતિ ઉજ્જવળ પ્રકાશથી આખો ઓરડો ઝગમગી ઉઠ્યો. મહેન્દ્રની જોડે શરીર દબાય એવી રીતે બેસીને એણે પૂછ્યું. "કેમ માથું ઉતર્યું કે?"

મહેન્દ્રએ ડોકું ધુણાવ્યું.

"તરસ?"

"છીપી નથી."

ઘડિયાળમાં કેટલા વાગ્યાના ટકોરા થયા તે સાંભળવાની સ્થિરતા કોઈનામાં નહોતી. બારીમાં ટાંગેલા પડદાની વચ્ચેથી ખાલી જગ્યામાંથી ફરફર પવન આવતો હતો. આવા મજાના વાતાવરણમાં પલંગમાં પડ્યા રહેવાના સુખની સરખામણીમાં બીજું કશું ન આવી શકે.

ચંપા એકાએક સફાળી ઊઠીને બેઠી થઈ ગઈ. આંખો ચોળતાં ચોળતાં બોલી, "શું વિચાર છે મહેન્દ્ર ! હજી તમે અહીં જ છો. ઘેર જવાની ઈચ્છા નથી લાગતી."

"હં... આ ચાલ્યો." ઉઠીને ઊભા થતાં મહેન્દ્રના પગ લથડવા લાગ્યાં. પલંગનો પાયો પકડીને એણે પોતાની જાતને સંભાળી લીધી. ચંપા પણ સાથે સાથે ઉઠીને ઊભી થઈ. "જરા બેસો મહેન્દ્ર! તમારી જોડે થોડી વાત કરવી છે."

બેસવાની વાત મહેન્દ્રને ગમી. એકલા એકલા દાદર ઉતરવો પડશે, અટકળે બારણાની સ્ટોપર જાતે જ ખોલવી પડશે ને બહાર નીકળવું પડશે, એ વિચારે જ મહેન્દ્રને ચક્કર આવવા માંડેલા. એટલે આ સારો

આશ્રય મળી ગયો, એ ચાહતો હતો તેવો આરામ.

ક્યાંકથી ખુરશી ખેંચી લાવી ચંપા મહેન્દ્રની સામે બેઠી. એણે પૂછ્યું, "તમારી વેક્સિનની તો ટીવી પર જાહેરાત પણ ઉતરે છે ને?"

"મને તો કંઈ ખબર નથી."

"ખબર નથી? જૂઠું બોલીને પાપમાં ન પડો. બધું જાણો છો, પણ જાહેર નથી કરવું. બે લાખ રૂપિયા, કોન્ટ્રેક્ટ તૈયાર છે. ફક્ત સહી કરવાની બાકી છે."

મહેન્દ્રએ ચંપાનો હાથ પોતાના હાથમાં લીધોને કહ્યું, "તારો સ્પર્શ કરીને કહું છું ચંપા, મને કશી જ ખબર નથી."

ચંપાએ હાથ ખેંચી લીધો ને ગંભીરતાથી બોલી, "તો સાંભળો. પોપ્યુલર આર્ટ એડ કંપનીનો માલિક આજે આવ્યો હતો. એ પહેલા પણ બે વાર આવીને ગયો છે. એને આ વેક્સિન અને અફવાથી દૂર રહેવા બાબતે એડ કરવી છે. મને લાગે છે કે એ બને તેટલો જલ્દી તમને મળશે. તમે એની જોડે સસ્તામાં સોદો ન પતાવતા, સમજ્યાં?"

"ના. હું એને સસ્તામાં છોડવાનો નથી."

ચંપાએ અંબોડો એકદમ છોડી નાખ્યો; વાળની લટ છાતી આગળ લાવીને એની જોડે આંગળીઓથી રમવા લાગી. બોલી, "તમને ફક્ત આટલી જ ખબર જણાવવા જ અહીં લાવી નથી મહેન્દ્ર ! મને એમાં અંગત રસ પણ છે. જેવી રીતે વેક્સિનમાં તેવી રીતે એડમાં હું જ નાયિકાનું પાત્ર ભજવીશ. એટલું તમારે ગોઠવી આપવું પડશે."

ઘણા સમયથી બેઠો હોવાથી મહેન્દ્રનું ગળું વળી પાછું સુકાઈ ગયું હતું ને માથામાં પણ જાણે હથોડાના ધા પડતા હોય એવું લાગતું હતું. ઈશારાથી ચંપાને આની જાણ કરાવતાં એણે જઈને કબાટ ઉઘાડ્યું ને

સોડાની બાટલી ઉઘાડી, "બોલો તમારાથી આ કામ થશે કે નહીં?"

"હું શી રીતે કહી શકું ? જે માલિક છે તેના જ પસંદગીનો અખત્યાર ખરો ને?"

એકદમ ચંપાની બંને આંખો ઝીણી થઈ ગઈ. એનાં ભવાં સંકોચાયા, "સમજ મહેન્દ્ર! ગરજ સારી કે વૈદ વેરી એમને? યાદ છે એ દિવસો કે જ્યારે તમે બગલમાં ડિગ્રીના પ્રમાણપત્રો મારીને રખડતા હતા. ને આજે મોટા વૈજ્ઞાનિક થઈ ગયા. પણ તમારા વેક્સિનમાં પ્રાણ ફૂંક્યો કોણે? તમારી વેક્સિનના દરેક તત્વને પ્રમાણસર કરીને અસરકારક બનાવી કોણે? તમે એમ માનો છો કે લોકો ફક્ત તમારી વેક્સિન લેવા આવે છે? જો એમ હોત તો લોકો વેચાતી લઈ શકત. પણ એવું નથી. એ લોકો તો મને જોવાને આવે છે."

"હું જાણું છું ચંપા !"

ચંપા બંને હાથ માથાની પાછળ લઈ ગઈ. ને છોડેલો અંબોડો પાછો વાળી દીધો. "જાણો છો તો આટલી બીજી વાત પણ જાણી લો કે આવી વેક્સિનને જગ જાહેર કરી, ને હવે એનું બધું જશ ચોરી કરીને, બીજો કોઈ એનો યશ ખાટી જાય? એ હું હરગીઝ નહીં થવા દઉં મહેન્દ્ર!" જરા સાદ ઊંચો કરીને એ બોલવા લાગી, "એડ ફિલ્મમાં પણ આ કથાની હિરોઈન હું જ થઈશ. શું તમે એમ ધારો છો કે તમે જેનું નામ કોઈ જાણતું નહોતું એવા વૈજ્ઞાનિકમાંથી વૈજ્ઞાનિક ને મહાન વૈજ્ઞાનિક મારફત ભારત વિખ્યાત બની જશો, ને હું જ્યાં છું ત્યાં જ રહીશ, ને એડના પડદા પર આવું જ નહીં, એમ? મને પણ આશા આકાંક્ષા જેવું કશું હોય મહેન્દ્ર."

પ્યાલામાંના પ્રવાહીનો છેલ્લો ઘૂંટ લેતા મહેન્દ્ર બોલ્યો, "હોય જ વળી."

"ખોટી હા એ હા ના ભણો. તમે લોકો ખરેખર આ બધું સમજો છો? મને નથી લાગતું. નહીં તો નંદુ મારે ત્યાં અઠવાડિયાના ત્રણ દિવસ

આવતા, તેઓ એમની ફિલ્મની નાયિકા માટે ભદ્ર સમાજમાંથી કોઈ છોકરીને શા માટે ઢૂંઢે?"

"નંદુ કોણ?"

"એ જ પોપ્યુલર ફિલ્મના પ્રોડ્યુસરની તો વાત કરું છું. મને એ ફિલ્મની નાયિકાનું પાત્ર ભજવવા માટે છાપામાં જાહેરાત આપી છે. એ ખબર પણ મને મળ્યા છે. અચ્છા મહેન્દ્ર! આ તમારા લોકોનું માનસ કેવી કઢંગી રીતે કામ કરતું હોય છે બોલો તો. વેક્સિન સહયોગમાં મારા વગર ન ચાલે, ત્યારે એડ ફિલ્મમાં તમારે ભદ્ર કુટુંબની છોકરી જોઈએ!"

"એવું તો ચાલ્યા કરે. એ લોકોને એમના સિનેમાની પ્રતિષ્ઠા વધારવાને માટેના ધાંધિયા-" મહેન્દ્ર આગળ બોલવા જતો હતો, પણ ચંપાએ એની વાત સાંભળી જ નહીં. એ તો પોતાનું હાંકે જ રાખતી હતી. "એ લોકોને અભિનયની શું ધૂળ આવડત હોય! પરિસ્થિતિ અનુસાર એમને હસતાં આવડે? રડતાં આવડે? મોઢા પરના ભાવ બદલતાં એમને નવનેજા પાણી આવે. ને રૂપ ! એ વિશે તો ન બોલવું જ સારું. રોજ એઓ જુએ છે કે જાહેરાત આપી હતી, તેના જવાબમાં જેમણે અરજી કરી હોય તેમનાં મુખડાં જોશો તો ખબર પડશે. એમના જ પ્રચાર વિભાગનો એક માણસ એમની બધાને તસવીરો મને આપી ગયો છે. જુઓ, આ તમારી ભદ્ર કુટુંબની રૂપસુંદરીઓના નમૂના. આવા રૂપે એમને નાયિકા બનવું છે? હત્તારીની."

ટેબલનું ખાનું ઉઘાડીને ચંપાએ એક પરબીડિયું કાઢ્યું ને તેમાંથી છબીઓ કાઢી થોડી પસંદ કરીને ટેબલ પર મૂકી. "આ જુઓ એક સામાન્ય છબી પડાવતાં પણ જેનું મોઢું રડું રડું થતું હોય. તેવાઓને સિનેમામાં ઉતારવાનો શોખ તો જુઓ... તમને શું થઈ ગયું? આ કેમ કરો છો."

સામેની ભીંતમાં જે અરીસો હતો તે તરફ મહેન્દ્રની દ્રષ્ટિ નહોતી; નહીં તો એનો પોતાનો ચહેરો જોઈને એ પોતે જ ચમકી જાત. જથરપથર

વાળ, થોડીવાર પહેલા જ બંને કાનની બૂટ લાલ લાલ થઈ ગઈ હતી, હવે એ સફેદ પૂણી જેવી થઇ ગઈ. વિહવળ, દ્રષ્ટિહિન- જડાઈ ગઈ હોય એવી- આંખો જોઈને ચંપા હોઠ દબાવી હસી. મહેન્દ્રની આંખની કીકીઓ જાણે આગ પ્રસારતી હતી. બે છબીઓ જોઈ તેની આટલી બધી અસર! એ બોલી, "આ જોઈને માથું ભમતું લાગે છે. આ જરા પી લો.ઠીક થઈ જશે."

ચંપા પાછી એક સોડાની બાટલી ખોલવા જતી હતી તેને મહેન્દ્રએ ઇશારાથી એમ કરતાં અટકાવી. ખુરશીનો હાથો પકડીને ઊભા થવાનો પ્રયત્ન કરતાં એ બોલ્યો, "એક પ્યાલો પાણી આપશે?"

"લઈ આવું છું. ઊભા રહો જરા."

ચંપાને પાણી લેવા જતાં, ને પાણી લઈને આવતાં જેટલો વખત લાગ્યો તેટલી વારમાં મહેન્દ્રએ ટેબલ પરથી એક તસવીર ઊચકી લીધી ને ધીમેથી પોતાના ગજવામાં સેરવી લીધી. ચંપાએ પાણીનો પ્યાલો એના હાથમાં આપતાં કહ્યું, "આ ફોટા જોયાને ? ને મને તો તમે રોજ જુઓ છો. બોલો, આ લોકો કરતા હું મારું પાત્ર સારી રીતે ભજવી શકીશ કે નહીં? તમારી વેક્સિન છે, તમે જરા દબાણ કરો તો તમારી વાત માન્યા વગર કંઈ એ લોકોને છૂટકો છે?"

આવતી વખતે ચંપા ડ્રાઇવરને બોલાવી ગાડી બહાર કઢાવવા માગતી હતી, પણ મહેન્દ્રએ કહ્યું, "ના. ગાડીની કશી જ જરૂર નથી." એનો નશો ઉતરી ગયો હતો. એણે કહ્યું કે એ પોતે જ ટેક્સી લઈને ઘેર જશે. મોડી રાતે, ઠંડી હવામાં, ઝાંખ વળતી આંખે જરા મજા આવશે."

દીવાના અજવાળાની નીચે ઊભા રહીને મહેન્દ્રએ ફરી એકવાર ખિસ્સામાંથી ફોટો કાઢીને જોયો. એના ઉપરના દાંત નીચેના દાંતને ભીડતા હતા, તે શું ફક્ત ઠંડીને લીઘે જ હતું? એની કટુતાભર્યા હાસ્યને લીઘે એનું મોઢું વિકૃત લાગતું હતું. માણસ જ્યારે પોતે એકલો એકલો નશો કરતો હોય, ત્યારે કશી ખબર પડતી નથી. પણ એક નશાખોરની

મોઢામોઢ આવી જાય ત્યારે એ નશાના રૂપની ખબર પડે છે. મહેન્દ્રના જીવનની બધી જ વરૂપ કુતસિતા હાથની મુઠ્ઠીના એક પ્રકાશ ચિત્રમાં પ્રતિબિંબિત થઈ હતી.

તે દિવસે કોરોના ગલીને નાકે, પાછલી રાતના અંતભાગમાં બે દિશામાંથી બે ટેક્સીઓ આવીને ઊભી રહી. ભાડું ચૂકવીને મહેન્દ્ર લથડતે પગલે આગળ વધતો હતો, એને ખબર નહોતી કે પાછળ કોઈક ચાલ્યું આવે છે. નિર્જન રાત, જોડાની ઠોકર વાગતાં પડવા આખડવાનો અવાજ ભીંત જોડે અથડાઈને પાછો પગ આગળ આવતો હતો.

પાછળ આવતી વ્યક્તિની છાયા વધારે સ્પષ્ટ થતી આગળ વધતી હતી. મહેન્દ્ર ખમચાઈને ઊભો રહ્યો ને એણે પાછા ફરીને જોયું. પાછળ ચાલી આવતી છાયામૂર્તિ પોતાનું મોઢું એકદમ ઢાંકી શકે એમ હતું નહીં.

"તમે?"

"હા.... હું જ. પણ તું આટલી મોડી રાત સુધી ક્યાં રખડતી હતી મણી?"

જવાબ આપવા જતાં મણી જાણે જકડાઈ ગઈ. મહેન્દ્રએ ધાર્યું હતું કે મણિ એકાદ બે કડવી વાત કહેશે અને એને માટે એ તૈયાર પણ હતો પણ જવાબ આપવાને બદલે એક નિષ્પ્રાણ હાસ્ય પ્રગટ થયું. મણિની પીઠ પર બે-ત્રણ ધબ્બા મારીને એ બોલ્યો, "જવા દે. બનાવટ કરવાની જરૂર નથી. હું બધું જાણું છું."

દીવાની નીચે મણીનું મોઢું ઊંચું કરીને મહેન્દ્રએ કહ્યું, "પણ ચંપાએ ફક્ત તારો ફોટો જ જોયો હતો, એણે લોહીમાંસવાળી તને જોઈ નથી, તેથી જ તારી અભિનયકુશળતા વિશે એને શંકા જન્મી હતી. આજે, આ ક્ષણે, આ અવસ્થામાં તને જોતા ચંપાનો મત પણ ફેરવાઇ જાત. લજ્જા,ભય, ધૃણા, અભિમાન એ બધાની મિશ્રિત અભિવ્યક્તિ, એક જ

મુખ પર પ્રગટ થતાં ચંપા જેવી નામીચી નટીને સાત જન્મ લેવા પડે. પણ તું સિનેમા નટી થવાને માટે ઉમેદવારી કરવા શા માટે ગઈ મણી? "ના. ના. ના. ના. માફી-બાફી નહીં." મણીના બે હાથ પકડી મહેન્દ્ર બોલ્યો, "આજે આખી સાંજ વેક્સિન પ્રેક્ટિસ જોઈ છે, ચંપાના ઘરમાં પણ એક રીતે ખરાબ રીતે ને પ્રેક્ટિસ, પાછું અહીં, હમણાં આ રાત પૂરી થવા આવે તે સમયે, રસ્તાની વચ્ચોવચ ઊભો રહી શક્યો નથી. જીભ પણ થોથવાય છે. ચાલ, ઘરમાં ચાલ."

બેડગલાં આગળ ચાલીને મહેન્દ્ર પાછો ઊભો રહ્યો. "જવા દો, કોણ કોનો ખુલાસો કરે. હું તારો કે તું મારો? વાંક તો મારો પણ ઓછો નથી મણી." કહેતાં કહેતાં મહેન્દ્ર મણીના કાનની પાસે એનું મોઢું લઈ આવ્યો. ને બોલ્યો, "એના કરતાં ચાલ આપણે બંને જણાં અહીંથી ભાગી જઈએ. આપણે બંને જણાં આવાં તો પહેલાં હતાં નહીં. અહીં આવ્યાં તે પહેલા કંઈ છેતરપિંડી રમતાં નહોતાં. અભાવ તો પહેલા પણ હતો, પણ આ રીતે બંને જણને જુદા પાડી, બે ભિન્ન ભિન્ન માર્ગે લઈ જઈ, ઘુમરીઓ ખવડાવી એક જ માર્ગમાં સામસામે ઊભા રહેવા જેવી પરિસ્થિતિ પેદા થઈ નહોતી. આ ગલીએ આપણને અળગા કર્યા મણી! અહીં આકાશ નથી, અહીં સહજ રીતે જીવી શકાય એવી પરિસ્થિતિ નથી. આ આબોહવામાં આપણા વિચારો, કાર્ય બધા માંદલા થઈ ગયા છે. જો જીવવું હોય, આપણી જાતને બચાવવી હોય તો આ ગલી છોડવી જ પડશે. હવાફેર સિવાય આ રોગની બીજી કોઈ ચિકિત્સા નથી."

એ લોકો ગયા એટલે રસ્તા પરની એક બારીનું બારણું ભડાક કરતું બંધ થયું.

આ લોકો પણ જવાના ત્યારે. જવા દો. જેણે ચણ ચણ આપીને બધાને પોષ્યા હતાં તે જ હવે બધાને એક પછી એક ઉડાડી દે છે. ક્યારેક બે જણને એક સાથે ભલે. જેનાં પંખીઓ એ ઉડાવશે તે કોરોના ગલીના સામાન્ય ઝવેરીને કશું કહેવાનું નથી. એને તો ફક્ત જોયાં જ કરવાનું છે.

12

પ્રકરણ

આ ગલીમાં આટલા દિવસો વીત્યા, તોયે નેહાને ક્યારેક એમ લાગતું કે એ અહીં પ્રવાસી છે. આવું બધું શું બની શકે? આ બધું જ શું સ્વપ્ન છે? એમ તો એણે કેટલીય વાર્તાઓમાં વાંચ્યું હતું, કેટલીય વારતા-નવલકથાનાં નાયક નાયિકાના જીવનમાં આવી વિચિત્ર ઘટનાઓ બનતી હતી. વર્ષોના વર્ષો ગાઢ જનહિન જંગલમાં, પર્વતની ગુફામાં કે ખાવા-ધાંતા રણપ્રદેશમાં વિતાવે ત્યાર પછી અચાનક ઊંઘ ઊડી જતાં એને ખબર પડે કે આ બધું માયાજાળ છે, મિથ્યા છે, કંઈ બન્યું નથી. વર્ષોની વાત તો આઘી રહી પણ એકાદ કલાકથી પણ વધારે તેઓ ઊંઘ્યા નથી.

નેહાનું પણ એવું જ હોઈ શકે. કોરોના ગલીમાં ઊંઘી જશે ને સવાર પડશે કલ્યાણી બાગમાં. ત્યાં પંખીના હૃદયના જેવી કોમળ પથારીમાં સૂતી છે. આ ગલીની ધૂળ, અહીંનું ધુમ્મસ, એ બધું સપનામાં આવ્યું હતું, અને સપનાની જોડે ઉડી ગયું છે. આ ગલીના બધા માણસો પણ સપનામાં જ રહી ગયા છે. પરમ, મણી, મહેન્દ્ર, કોરોના સેવા સદનની બધી છોકરીઓ, નરેન્દ્ર. નેહાએ એ બધાને દૃ:સપનામાં જોયા હતાં. સાચે સાચ એ બધા એના જીવનમાં ક્યારેય અથડાયા નહોતા.

પથારીમાં સૂતી સૂતી એ આળસ મરડશે. બગાસું ખાઈને પાસે પડેલા મોબાઈલ ઉપાડીને ભાભીના બાપને ત્યાં ભાભીને મોબાઇલ કરશે એને ખબર આપવી પડશે ને ?

"ભાભી, બપોરના એન્ગેજમેન્ટની વાત ભૂલશો નહીં. શું કહું? વખત નથી? વાહ રે તમે તો ખરા છો. વચન આપીને હવે ભારે કરી તમે તો જુઓ, નયન બરાબર ત્રણ વાગ્યે ગાડી લઈને આવશે. તમે નહીં આવો તો એને ઘણું દુઃખ થશે. શું કહું? એને દુઃખ નહીં થાય, એ તો ઊલટો રાજી થશે? ભાભી ખરું કહું છું. આવી મજાક ક્યારેય ન કરતાં. એ સારું નહીં."

પણ કોરોના ગલી કંઈ સ્વપ્ન નથી. ખરું જોતા તો કલ્યાણી બાગ જ સ્વપ્ન હતું. જે થોડે થોડે સમયે આવીને આંટો મારી જતું. તેમ છતાં કલ્યાણી બાગ નેહાના આ જીવનમાં હવે નહીં આવે. ચોટલો હલાવતાં હલાવતાં સવારે નિશાળી જતી તે સમય જેમ હંમેશને માટે ચાલ્યો ગયો છે, તે રીતે નયન, સૌમ્ય, મનીષનું દળ ચાલ્યું ગયું છે; ને તિથલ તરફ વેગથી જતી મોટરથી ઉડતી ધૂળ પણ હંમેશને માટે શમી ગઈ છે. અત્યારે તે નેહાની સ્મૃતિમાં એ બધું છાયા જેવું છે. કૃષ્ણ પક્ષની રાતે ટ્રેનની બારીમાંથી મેદાનો, વૃક્ષોની હાર જેમ ઝડપથી અદ્રશ્ય થતી જાય છે તેવું હતું.

પણ મણી ? પરમ, રૂપા, નરેન્દ્ર ? એ લોકો શું? એ લોકો ક્યારેય નેહાના જીવનમાંથી ભૂંસાઈ જશે ? લાગતું તો નથી.

નરેન્દ્રના બારણા પર નેહાએ ધીરેથી ટકોરા માર્યા. જરૂર ઘરમાં જ છે.

"આવો !" નરેન્દ્ર કંઈક લખતો હતો. એણે માથું ઊંચું કરીને હસતે મોઢે નેહાને આવકાર આપ્યો, "કૉલેજમાંથી ક્યારે આવ્યા?"

નેહાએ ધીરે ધીરે અંદરથી બારણું બંધ કર્યું ને કહ્યું, "ના, કૉલેજમાં હું

હવે જતી નથી. કૉલેજમાંથી નામ કઢાવી નાખ્યું છે."

"સંગીતના ક્લાસમાં ?"

"ત્યાંયે નહીં. ખબર નથી, દર મહિને મળતા પૈસા બંધ થયા છે."

અકૃત્રિમ હાસ્યથી નરેન્દ્રનું મોઢું ભરાઈ ગયું. એ બોલ્યો, "બહુ સારું થયું. મારું ભણવાનું પણ બંધ થયું, ને તારું ભણવાનું પણ બંધ થયું."

નેહાની જિજ્ઞાસુ દ્રષ્ટિનું ગણિત નજરે ચડતાં, નરેન્દ્રએ ટેબલમાંથી એક કાગળ બહાર કાઢ્યો ને કહ્યું, "બાપુજી લખે છે કે, હમણાં એમના હાથ ભીડમાં છે. વકીલાતમાં ઘણી મંદી છે એટલે બેકાર છોકરાનો વલસાડનો ખર્ચ ઉપાડવો એમને પોસાય એમ નથી." એટલે જલદી જલદી મને કંઈક કામ શોધી લેવા જણાવ્યું છે.

થોડીવાર રહીને એ પાછો બોલવા લાગ્યો, "એમાં બાપુજીનો વાંક નથી, પણ મારે હવે કરવું શું? વિધાતાએ ચિઠ્ઠીના જે લેખ કપાળમાં લખ્યા છે." ભવિષ્યમાં એમ જ થવાનું છે એમ જાણીને, અત્યાર સુધી હું નિશ્ચિત મને બેઠો હતો, પણ હવે લાગે છે કે એ લેખનો પાઠો દ્વાર કરવા માટે પણ દોડભાગ કરવી પડશે. બીજી ભાષામાં કહું તો જીવન સંગ્રામ ખેલવો પડશે. આ વાત સાંભળવામાં તો ચમત્કારીક લાગે છે. પણ એનો ચહેરો ઘણો બેડોળ છે નેહા! એનો અર્થ થયો, બારણે બારણે ઉમેદવારી, અરજી આપતા ફરવાનું , તદ્દન નાલાયક માણસો આગળ માથું નમાવવું, ચોળાયેલા વાળ, સુકાયેલું મોઢું, ચીમળાયેલું પેટ હજી લાંબી યાદી સાંભળવી છે?"

નેહાના ખોળામાં માથું રાખીને નરેન્દ્ર સૂતો. બંને આંખોની ઉપર, જેમાંથી લોહી વેગથી વહેતું હતું, એવો પોતાનો એક હાથ નેહાએ ઢાંકી દીધો હતો. ધીમે ધીમે એ હાથ નરેન્દ્ર નાક આગળ લઈ આવ્યો, જયાંથી જરા ગરમ નિ:શ્વાસ ઝરતો હતો, ત્યાંથી ઉપાડી બે ભીના હોઠ પાસે થોડો સમય રાખી બોલ્યો, "શું છે શાંતિ !"

એ બે અક્ષરોના ઉચ્ચારણમાં કેટલી પ્રગાઢ પરિતૃપ્તિ દ્રષ્ટિએ પડતી હતી! નેહાની છાતીમાંથી પગથી માથા સુધી એક સાપણ જાણે ફરી ગઈ એક ભૂલી જવા ઇચ્છતી વાત પાછી તાજી થતાં એ ચમકી ઊઠીને બોલી, "મણીબેનને એમના વર તો અહીંથી ચાલી જાય છે એમ સાંભળ્યું છે."

નરેન્દ્ર આંખો ઉઘાડી એની તરફ તાકી રહ્યો, "એમ કે ? મેં તો કશું સાંભળ્યું નથી. તો તો મુસીબત ઘણી વધવાની. હજી સુધી મણીએ જમવાનું બંધ કર્યું નહોતું, હવે પાછું મારે હોટેલમાં જમવા જવું પડશે."

નરેન્દ્ર ખાલી મજાક જ કરતો હતો, તો પણ ધીરે-ધીરે નેહાએ હાથ ખેંચી લીધો. એ બોલતો ગમે તે હોય પણ નરેન્દ્રનું મોઢું સુકાઈ ગયું ભયથી જ મોઢું ફિક્કું થઈ જાય કંઈ? ન જ થાય.

"હું જાઉં છું." નેહાએ કહ્યું. "ઉપર માની તબિયત સારી નથી. એકલી છે."

એ નરેન્દ્રએ સાંભળ્યું કે નહીં એ વિશે શંકા હતી. એણે પૂછ્યું, "એ લોકો ક્યારે જવાના છે ખબર છે?"

"ઘણું કરીને આજકાલમાં જશે. મને ચોક્કસ ખબર નથી. તો પણ મેં મણીબેનને સામાન બાંધતા જોયા છે." નરેન્દ્રનું માથું નીચે મૂકીને નેહા ધીમે ધીમે ઊભી થઈ. બારણા સુધી જઈને એણે પાછું એકવાર સ્થિર દ્રષ્ટિથી નરેન્દ્ર તરફ જોયું. નરેન્દ્ર આંખો બંધ કરીને પડ્યો હતો. નેહાએ બહાર આવી બારણું બંધ કર્યું.

નરેન્દ્રની એ બંધ આંખો અડધા કલાક પછી ખૂલી. બારણાને કોઈએ બહારથી ઉઘાડ્યું હતું, ને મિજાગરામાંથી ઉઘડવાનો અવાજ આવ્યો હતો. નરેન્દ્રને ખબર પડી કે ઘરમાં કોઈ આવ્યું છે. એણે પૂછ્યું, "કોણ?"

એકદમ બુઝાયેલ લાઈટ કરી ઓરડામાં અજવાળું કર્યું. હમણાં જ

ઉઘડેલી બંને આંખો પ્રકાશિ ઊઠી.
નરેન્દ્રએ ધારીને જોયું, મણી.

પ્રથમ સૂર્યોદયના રંગે રંગાયું હોય એમ કપાળ ચમકતું હતું. આછા નીલ રંગની સાડીથી દેહ ઢાંક્યો હતો, એની આંખો દેવી સમાન હતી. નરેન્દ્ર મુગ્ધ બનીને મણીને જોઈ રહ્યો.

એનું સમગ્ર અસ્તિત્વ જાણે સાદને ઝીલતું હતું; અસંખ્ય રક્તકણિકાઓમાં સ્પર્શતૃષ્ણાં જાગતી હતી ભય ,પ્રેમ, અભિમાન, બધું પ્રથમ વર્ષાના પૂરની જેમ મનમાં ઉભરાયું હતું. દેહની રગેરગમાં વ્યાપ્યું હતું.

પણ આ તો ફક્ત સાંનિધ્ય હતું, સ્પર્શ નહીં. થોડા વખત પહેલાં એક જણ અહીં હતું, એને ચોમેરથી ઘેરી વળ્યું હતું, એનો હાથ પોતાના હાથમાં લઈને એ રમતો પણ હતો, એના વાળમાં પણ આંગળીઓ ફેરવતો હતો, ને વાળમાં જ શા માટે, એના શરીરમાં અત્યારે ઉઠ્યા તેવાં આંદોલનો ઉઠ્યા નહોતા. નમ્ર, શાંત, આર્દ્ર અનુભૂતિથી દેહ છવાયો હતો.

પણ જે ક્ષણે મણી આવી, ને એણે આવીને લાઈટ કરી ઓરડાને ને એના ચિત્તને ઝળહળ કરી દીધો, તે ક્ષણની નેહા જોડે જે ક્ષણો ગાળી હતી, તેની તુલના શી રીતે થઈ શકે? બધું ઊલટું સુલટુ થઈ ગયું. સૂકા ધાસની ગંજી જાણે આગ લાગીને ધાસ ભડકે બળવા લાગ્યું. એક પછી એક મોજાં આવીને એની ચેતનાને ઢંઢોળી માથું ઊંચું કરીને જોવાની ફુરસદ નહોતી; આ મોજાં જ્યારે સમી જશે, ત્યારે એક ખારો સ્વાદ મૂકી જશે; રોમાંચનો સ્વાદ મૂકી જશે.

નરેન્દ્ર ભૂલી ગયો કે મણી ઘણા દિવસથી એના ઘરમાં આવી નહોતી. મણીએ એનું એક કાચી ઉંમરના બાળક કરતાં વધારે મૂલ્ય આકયું નહોતું. મણીએ જેમાં કશો રસ રહ્યો નથી એવા પાત્રની માફક એને દૂર ફંગોળ્યો હતો. એ બોલ્યો, "ઘણા દિવસ પછી તમે આવ્યા."

"હા. ઘણે દિવસે." મણીએ કહ્યું. નરેન્દ્રનો અવાજ જરા થરડાતો હતો. પણ મણીએ એના જ શબ્દોનું પુનર ઉચ્ચારણ કર્યું તે અવાજ રણકતો હતો.

"સાંભળ્યું છે કે તમે લોકો ચાલી જાઓ છો ?"

"હા. જઈએ છીએ." મણીએ કહ્યું, "એ વાત જ તને કહેવા આવી છું. તું પણ આવશે ને?"

"ના, હું ક્યાં આવું ?"

મણી હસવા લાગી. "સમજી. આ ઘર તું છોડવા માગતો નથી. કોરોના ગલીનો અંધારો ખૂણો તને એટલો બધો વહાલો લાગે છે નરેન્દ્ર?"

"ના, વહાલો નથી લાગતો. તમારી જોડે દલીલમાં નથી ઉતરવું, પણ મણી! વહાલો ન લાગે તો પણ આપણે ઘણી બાબતમાં મન મનાવતા હોઈએ છીએ, તેમ કોરોના ગલી વિશે પણ મેં મનને મનાવી લીધું છે."

જરા અટકીને નરેન્દ્ર વળી પાછો બોલ્યો, "એ વાત જવા દઈએ તો પણ તારી પાછળ પાછળ હું ક્યાં જાઉં? તમને લોકોને દક્ષિણ તરફના વિસ્તારમાં એકાંત, પુરી સગવડ વાળો બંગલો મળ્યો હશે. વળી તારો પતિ લબ્ધ પ્રતિષ્ઠ ને કીર્તિવાન છે, તમારી ગુણગાથા આખું ગામ ગાય છે. ત્યાં પણ જો આવીને તને વળગી રહું તો એથી કોઈનું ભલું નહીં થાય, એ તો અનધિકાર પ્રવેશ જેવું થાય. હું તો તારો ફક્ત ભૂતકાળ છું, મણી! તને મારી હાજરીથી આ ગલીની વાત જ યાદ આવ્યા કરશે, કે જ્યારે તારા લૂગડાને છેડે કે કેશબોક્સમાં એક પણ રૂપિયો રહેતો ન હતો. મને જોશો તો તને આપણે પાનાં રમતા ને મારે હારી જવું પડતું, એ બધું યાદ આવશે."

મણી હસી, "તો ન આવો, આવું બધું વિચારીને કંઈ મેં તને આવવાનું

કહ્યું નહોતું. એક બહુ મોટું ઘર રાખ્યું છે, દસબાર ઓરડા છે, એટલે એકાદ ઓરડામાં તું સ્વચ્છંદે આરામથી રહી શકત. જિંદગી સારી રીતે જીવી શકત. તું તો અહીં મરવાને વાંકે જીવે છે નરેન્દ્ર! આ હવાઉજાસ વગરના ઘરમાં તો તું કેદી છે, આને જીવવું થોડું કહેવાય?"

"મારે તારી રીતે જીવવું ય નથી." આંખ બંધ કરીને નરેન્દ્ર બોલ્યો.

થોડીવાર પછી એણે આંખ ઉઘાડી ત્યારે મણી ચાલી ગઈ હતી. જતી વખતે બારણું બરાબર બંધ પણ કર્યું નહોતું. એટલે નીચેની ખાળમાંથી દુર્ગંધ અંદર આવતી હતી. કોઈ એક ઘરમાં સગડી સળગાવતી હતી, તેમાંથી કાચા કોલસો ધુમાડો આવીને આખા ઘરને ભરી દેતો હતો.

નરેન્દ્રનું મન ખાટું થઈ ગયું, એ જ મણી સારું થયું કે ચાલી ગઈ. કેટલું અભિમાન, કેટલી હૃદયહીન! એકાએક નરેન્દ્રને લાગ્યું કે એને મણી તરફ ધૃણા છે, એનું બોલવા ચાલવું, એનું ઉઠવું બેસવું, એની વાતો એ બધામાં એક પ્રકારની વિકૃતિ એની આંખ સામે આવવા લાગી. કેવી હલકા પ્રકારની રુચી! પૈસા માટે એ સ્વચ્છંદી સ્ત્રીએ એને ઠગ્યો હતો. નરેન્દ્રને માટે જેનામાં કરુણાનો એક કણ પણ નહોતો; એની તરફ એને પારાવાર ધૃણા છે એ વિચારથી પણ એના મનનો ઘણો તાપ ઓછો થઈ ગયો.

એ લોકો આવતીકાલે જ ચાલી જશે, તો સારું થયું કે આટલામાં જ એ એને બરાબર ઓળખી ગયો. મણીએ એને છોડી દીધો હતો. તેમ છતાં એ નિરાધાર નહોત. તો નેહાનો એને સહારો હતો. આ વાત એણે મણીને મોઢામોઢ કરી હોત તો? નેહા અને મણી, બેમાં કેટલો બધો તફાવત! ગંભીર અનુભૂતિથી નરેન્દ્રનું મન ભરાઈ આવ્યું. નેહાએ એને બચાવ્યો. એ ઓછા બોલી છોકરીની મમતાભરી આંખોની સરખામણી થઈ શકે નહીં. નેહાને એ એટલો બધો ચાહે છે, ને મણીની તરફ એને ધૃણા છે, એ વાતથી એ પોતે પણ આટલા દિવસ અજાણ હતો, એમ કેમ બન્યું? નેહા જ એને બચાવી શકશે. કશું ગુમાવ્યું નથી, હજી કંઈ ખોયું નથી, હજી લાંબું ભવિષ્ય છે, ને ઉજળું પણ.

ઉઠીને નરેન્દ્ર બારણું બંધ કરવા ગયો. મણીના ઘરના બારણાની તિરાડમાંથી એક અતિ ઉજ્જ્વળ રશ્મિ આવીને નરેન્દ્રની આંખોને તીરની જેમ વીંધી ગયું. ઘરની અંદર પેટીઓને તથા સામાનને ખસેડવાનો અવાજ આવતો હતો. એમના પ્રસ્થાનની વ્યવસ્થા સંપૂર્ણ થઈ ગઈ હોય એમ લાગતું હતું.

આજે ઘરમાં આટલો અવાજ, આટલો પ્રકાશ છે તે કાલે તો તદ્દન ખાલી થઈ જશે, એ મનમાં આવતાં જ નરેન્દ્રનું મન ઝાંખું પડી ગયું. કાલે આ વખતે એ ઘરમાં ઓછું અંધારું હશે. જરા સરખો પણ અવાજ નહીં હોય સમાધિની જેમ નિ:શબ્દ બધિર વાતાવરણમાં એ એકલો ઘરમાં શી રીતે રહી શકશે. એનો વિચાર આવતાં જ એને કંપારી આવી ગઈ. છેલ્લા દિવસોમાં એ ઘરના લોકો જોડે વિશેષ સંપર્ક નહોતો, નક્કી કરેલ સમયે ખાવાનું આવતું, તે ઉપરાંત એ લોકો ક્યારે આવતા- જતા તેની નરેન્દ્રને ખબર પણ પડતી નહીં. એની આંખની સામે હતી નહીં, તો પણ હતી એની ચેતના. મણીના અસ્તિત્વનો અનુભવ હતો.

સારું જ થયું. કાલે એ અનુભૂતિ પણ રહેવાની નથી. તદ્દન નવો અનુભવ, ધોયેલી જમીન પર સાથીયા પુર્યા હોય તેવો પણ એને માટે ઉત્સાહ નહોતો. જેને એ જોઈ શકતો નહોતો જેની રીતભાત, જેનું બેસવું ઉઠવું એને રુચિહિન લાગતું હતું, તેનાથી જુદા પડવાની કલ્પના પણ એને નિશ્ચેતન કેમ બનાવી દે છે.

એકદમ પવનથી એનું બારણું જરા ઉઘડ્યું; એને ત્યાંથી જે કિરણ આવ્યું તે સો ગણું વિસ્તાર પામીને નરેન્દ્રની આંખો તથા મોઢા પર પડ્યું. બારણાની સામે આછા રંગનો એ પડદો; નરેન્દ્રને ખબર હતી, કે મણીએ ઉતારેલી એક સાડીમાંથી તૈયાર કરવામાં આવ્યો હતો.

એ પડદાની પાછળ, મણી એની હળવી ચાલે આટાં ફેરાં મારતી હતી; જાણે લોહીમાંસની કાયા નહીં, પણ છાયાની જેવી એ લાગતી હતી. પેટી ખેંચતી હતી, કપડાં ગોઠવતી હતી, ચાવીના ઝૂડાનો કે

બંગડીઓના રણકાર સંભળાતો હતો. નરેન્દ્ર મુગ્ધાતાથી એ જોવા લાગ્યો.

મણીને એ હજુ પણ એટલો બધો ચાહે છે ? કોઈ ગમતું ન હોય, તો પણ એની તરફ પ્રેમ હોય, એ અનુભવ આજે પહેલ વહેલો થયો.

મોડી રાતે ફરીથી કોણે ધીમેથી બારણું ઉઘાડયું? નરેન્દ્રને ખબર હતી કે કોણે ખોલ્યું છે. એ આવીને લાઈટ કરતી નથી, એના લૂગડાના છેડા પર ચાવીનો ઝૂડો લટકતો નથી, ને એના પાતળા હાથમાં રણકતી બંગડીઓ નથી. અવાજ જ ન થાય એથી દબાયેલ પગલે એ આવે છે. ફક્ત અનુભવથી પથારી ક્યાં છે તેની એને ખબર પડે છે કે; અને પથારીની કોરને ઘસાતી હોય એમ ઊભી રહે છે. નરેન્દ્રને ખબર છે કે એ કોણ છે તે.

બે હાથથી કૃતજ્ઞતાથી વળગીને નરેન્દ્રએ એને પોતાની પાસે ખેંચી. એના કાનની પાસે મોઢું લઈ જઈને બોલ્યો, "મણી આવી હતી. તારી વાત સાચી હતી, એ લોકો કાલે જવાના છે. દસ-બાર ઓરડા છે એમ એ કહી ગઈ એ ભલે જાય. તું આવી છે પછી શાની ચિંતા !"

13

પ્રકરણ

બીજે દિવસે નરેન્દ્ર ખૂબ મોડેથી જાગ્યો. નાનપણમાં મોટેભાગે એ પ્રમાણે જ થતું. આખી રાત ગુજરાતી ગીતો સાંભળી, પાછલી રાતે આવીને આખી સવાર ઊંઘતો. ઊંઘ ઊડે ત્યારે જોતો કે એનું આખું શરીર કળતું, મોઢું તથા આંખ લાલ લાલ હોય ને આળસ ગઈ ન હોય.

આજે પણ એને એવું જ લાગતું હતું. કાલે આખી રાત કોણ એના ઘરમાં આવ્યા કરતું હતું, એ હવે એને સપના જેવું લાગતું હતું. નરેન્દ્રના ઓશિકામાંથી તેલની મૃદુ સુવાસ આવતી હતી, જે તેલ નરેન્દ્ર ક્યારેય વાપરતો નહોતો. એકાદ બે લાંબા વાળ પણ એને લાગેલા હતાં. એટલા મોટા વાળ નરેન્દ્રના નહોતા. અને એક ચાંદલાની ટીલડી આથમતા ચંદ્રની જેમ ઓશીકામાંથી સરકીને ચાદરમાં પડી હતી. એણે એને ધીમેથી ઉંચકીને અને કુતુહલથી આંખની સામે ધરીને એનું બારીકિથી નિરીક્ષણ કરવા લાગ્યો.

એ ટીલડી જેની હતી તે પથારીમાંથી દબાતે પગલે બહાર ગઈ હતી. એણે ધીમેથી માથા આગળની બારી ખોલી હતી, ઠંડા પવનથી એક લહેરથી આખું ઘર ભરાઈ ગયું હતું. આ ગલીનું એ એક આશ્ચર્ય હતું કે ચારે બાજુ તંગ વાતાવરણ, નિષેધની ભીંત તો પણ પ્રકાશ તથા

પવનની હેરફેર ચાલુ હતી. એથી નરેન્દ્ર સવાર પડી ગઈ હોવા છતાં અત્યાર સુધી ઊંઘતો હતો. માથા પરની બારી જેણે ઉઘાડી હતી, તેનો છેડો પોતે હાથ લંબાવીને પકડવાનો પ્રયત્ન કર્યો હતો, પણ ઊંઘરેટો હોવાથી છેડો હાથમાં આવ્યો નહોતો, એવું કંઈક એને યાદ આવતું હતું.

કુંજામાં પાણી હતું, ખાળ આગળ જઈને નરેન્દ્રએ આંખે પાણી છાંટ્યું. પછી દાઢી કરીને એ તૈયાર થયો. એણે બહાર જવાનું નક્કી કર્યું. હમણાં કેટલા વાગ્યા હશે? 10 -11? આખા ઘરમાં છાયા પથરાઈ હતી, એટલે નિસ્તેજ દિવસ કેટલો ચડ્યો છે તે કંઈ ખબર પડી નહીં.

બહાર આવીને, દાદરના ખૂણામાં, સામેના બારણા તરફ નજર કરતાં નરેન્દ્રની આંખ સ્થિર થઈ ગઈ. બહારથી સાંકળ વાસી હતી, એટલે નિસ્તેજ દિવસ કેટલો ચડ્યો છે તે કંઈ ખબર પડી નહીં.

તો એ લોકો ચાલી ગયા લાગે છે.

આખર સુધી એ લોકો જશે નહીં, મણીનો વિચાર બદલાશે, એવી ક્ષીણ આશા જે નરેન્દ્ર સેવતો હતો, તે વ્યર્થ હતી. તેનું એને હવે ભાન થયું. એની આંખો સળગી ઉઠી. મણી આટલી નીચ, આટલી સ્વાર્થી? ચોરની જેમ ભાગી ગઈ, જતી વખતે નરેન્દ્રને કહીને પણ ન ગઈ? એના મનમાં પરિમાણહીન અભિમાન જાગી ઉઠ્યું ને જાણે મણી ચાલી ગઈ એ કંઈ મહત્ત્વની બાબત ન હોય, જતી વખતે કહીને ગઈ હોત તોયે શું?

કંઈ કારણ ન હોવા છતાં એને લોભ થયો. એ પવનનો જ અવાજ હશે. હવે બપોર થયો હતો, કોણ જાણે ક્યાંથી એક સૂકું પાંદડું આવીને ચોકમાં પડ્યું. સાંકળ વાસી હોવા છતાં મણીનું બારણું ઠેલાયું. નરેન્દ્રએ ધારીને જોયું તો ઘરમાં અંધારું હતું.

"અંધારું? બધા સંપર્કોની ઘનિષ્ઠતા, બધા પરિચયની જનતાનો અંત તો એ જ છે ને ? જે ઘર આટલા દિવસ નરેન્દ્રને આટલું બધું વહાલું હતું, તે ઘરને મણી અંધારાથી સિંચીને ગઈ છે, અને સાંકળ વાસી

એની ઉપર તાળું મારીને ગઈ છે, તે જાણે લાકડા પર લોઢાના અક્ષરે સ્મૃતિલેખ લખ્યો હોય એવું લાગતું હતું."

લાકડાનું બારણું ફરી એકવાર પવનથી હાલ્યું. જાણે મિજાગરાથી અળગા થઈને બહાર આવવાનો પ્રયત્ન કરતું હોય એવું લાગ્યું. નરેન્દ્રની નસેનસમાં એક પ્રકારની ઘૃણા વહેવા લાગી. ધીમે ધીમે બહાર આવીને નરેન્દ્રએ ગલીના નાકા તરફ ચાલવા માંડ્યું.

આધાતની પ્રથમ ક્ષણથી જ નરેન્દ્ર વિહળ બની ગયો. મુષ્ટિયુદ્ધમાં શરૂઆતમાં જ મોઢા પર મુઠ્ઠી લાગતા હરીફ પડી જાય એ રીતે. ફક્ત શારીરિક યાતના નહોતી, માનસિક રીતે અપમાનિત થયાનો પણ આધાત હતો. તે દિવસે ઉદ્દેશ્ય વગર એ ખૂબ ભટક્યો. ઘણીવાર સુધી તો એ પાર્કમાં બેસી રહ્યો. કશો વિચાર કરતો નહોતો, વિચાર કરવાનું એને ગમતું નહોતું, તેમ છતાં માથું ભારે ભારે લાગતું હતું. ચૂપચાપ બેસી રહેવાનું પણ ગમતું નહોતું, તેમ છતાં માથું ભારે ભારે લાગતું હતું. ચૂપચાપ બેસી રહેવાનું પણ ગમતું નહોતું. એટલે શું કરશે તો ગમશે એની પણ એને કશી ખબર પડતી નહોતી. સિંગવાળો, બુટ પોલીસવાળો તથા તેલ માલિશ વાળો, એક પછી એક એની પાસે આવીને એની તરફ થોડી વાર તાકીને પાછા ચાલ્યા ગયા. નરેન્દ્રની ઈચ્છા હતી, કે એ બધાંને બોલાવે, પણ આખર સુધી એણે કોઈને પણ બોલાવ્યા નહીં. કેટલીક કીડીઓ એની પ્રદક્ષિણા કરીને ઝાડનાં મૂળિયા પાસે એકઠી થતી હતી; જો બીજી કોઈ સામે હોત તો નરેન્દ્ર ખસીને આધો બેસત. પણ અત્યારે તો એ અસલ આંખે કીડીઓની લીલાને જોયા કરતો હતો. એવામાં એના માથા પર ટપ કરતું કશું પડ્યું. નરેન્દ્રએ જોયું તો એક હાડકાનો ટુકડો હતો. ઝાડ પર બેઠેલા કાગડાની ચાંચમાંથી સરકી પડ્યું હોય એમ લાગતું હતું.

ઘણો સમય વહી ગયો. સૂર્યનું અજવાળું ધીમે ધીમે વિદાય લેતું હતું. લોકોને ભીડ વધતી જતી. એક- બે એક-બે માણસો પાર્કમાં પ્રવેશ કરતાં હતાં. બધા મળીને પાર્કમાં કેટલા માણસો આવ્યા હતાં, તેને ગણવાનો પ્રયત્ન નરેન્દ્રએ કર્યો, પણ એમાં સફળતા મળી નહીં. બધા

માણસો એવા એકાકાર થઈ જતા કે એક માણસની વારેવારે ગણતરી કરી. એટલે એ થાક્યો... કેટલાય લોકો બહાર જતાં ને પાછ અંદર આવતા એમાં સંદેહ નહોતો, એથી એમને ગણ્યા પછી બહાર જાય ને પાછ આવે એટલે પછી ગણતરી કરતો, એટલે ગોટાળો થતો. ઘણા પાર્કની આસપાસ ફર્યા કરતાં. તબિયતની કાળજી રાખનાર પ્રૌઢ બાંકડાની ઉપર હારબંધ બેઠા હતાં. નાના છોકરા રમીને, બોલ લઈને ચાલ્યા ગયા. ધુમાડો ઓકતા ગ્યાસતેલના દીવા સળગાવી ઈંડા વેચવા વાળાઓ હારબંધ ઈંડાઓ ગોઠવી વેચવા માંડ્યા; દૂર બેઠા બેઠા કેટલાક કોલેજના છોકરાઓ પ્રશ્નપત્રોની ચર્ચા કરતાં હતાં. રસ્તાની પાસે હોટેલમાં રેડિયોમાંથી સાંજના તાજા સમાચાર સાંભળતા હતાં.

ત્યાર પછી પ્રૌઢોએ એક પછી એક ચાલવા માંડ્યું. ધીમે ધીમે પાર્ક ખાલી થવા માંડ્યો. નરેન્દ્ર જાણે એક સ્થાન પર બેઠો બેઠો નદીની ભરતી તેમજ ઓટ બંનેને જોતો હતો.

એકા એક હસવું દબાવવાનો અવાજ આવતા નરેન્દ્ર જરા સચેત થઈને બેઠો. પાસેની મહેંદીની વાડની આડશમાંથી બે માણસો એની તરફ સંદેહની દ્રષ્ટિથી જોતા જોતા જતાં હતાં, તે નરેન્દ્રને ભાન નહોતું, તે પછી તે પાછો અન્યમનસ્ક બનીને એ લોકોનું અસ્તિત્વ ભૂલી ગયો હતો. આટલી વાર પછી આ હસવાનો અવાજ એના મનને આકળું કરી મૂકતો હતો ને એને ચીડવતો હતો. કેટલું ગંદુ, નફ્ફટ અને કુતસિત એ છોકરીઓનું હાસ્ય હતું ? આ છોકરીઓને એનામાં એટલું બધું હસવા જેવું શું લાગ્યું હશે?

નરેન્દ્ર ઉઠીને ઊભો થયો. ઠંડી પડવી શરૂ થઈ ગઈ હતી. મેંદીની વાડની પેલી પારથી આવતું નિર્લજ્જ હાસ્ય એનાથી સહ્યું જતું ન હતું.

મકાનમાં પ્રવેશીને નરેન્દ્રએ પેલી તરફના બારણા તરફ નજર નાખી. મણીએ જે અંધારાને ઘરમાં બંદી કરીને રાખ્યું હતું તે ક્યારે બારણામાંથી બહાર આવી ગયું? હવે તો અંદર બહાર બધે એકાકાર થઈ ગયું હતું, કશુંય દેખાતું નહોતું. સાંકળમાં બાંધેલું, બીકથી ઠક ઠક

ઠોકાતું તાળું પણ નહીં. એકમાંના બાકોરામાંથી આવતો પેલો બીકણ ઉંદર પણ એની ચકળવકળ આંખથી જુએ છે કે નહીં તેની કોને ખબર?

એણે ઘરમાં પગ મુક્યો કે એ આશ્ચર્ય મુગ્ધ બની ગયો. એણે દિવાસળી સળગાવી કે જેથી અંદરનો રસ્તો દેખાય. પણ રસ્તો દેખાય તે પહેલાં એણે ત્યાં નેહાને જોઈ. એણે બીજી એક દિવાસળી સળગાવીને સ્વીચ ઓન કરી.

ઓશીકામાં માથું નાખીને નેહા ઊંધી સૂતી હતી. એણે ડોકું પાછળ ફેરવીને જોયું. "આટલા મોડા આવ્યા? હું તો ક્યારનીય તમારી વાટ જોતી બેઠી છું."

એના મુખ પરના ભાવોમાં આનંદ પણ હતો, અને થોડો ગર્વ પણ હતો. નરેન્દ્રના મનમાં થયું કે આટલી સુંદર નેહા ક્યારેય લાગતી નહોતી. આછા રંગનું લૂગડું એણે ટાપટીપથી પહેર્યું હતું. એને નેહાના બે હોઠ જોઈને થોડી નવાઈ લાગી.

"તું પાન ખાતી હોય એમ લાગે છે."

"ના, આમ તો ખાતી નથી." નેહાએ મોઢું ઊંચું કરીને કહ્યું, "આજે જ ખાધું છે. પણ તમે આટલું મોડું કેમ કર્યું?"

આજે આખી બપોર નેહાએ આ ઘરને વાળી ઝૂડીને સાફ કર્યું હતું, બધી ચીજ વસ્તુઓ બરાબર ગોઠવી હતી. પથારી વ્યવસ્થિત કરી હતી. ટેબલ પર ખાવાનું ઢાંક્યું હતું.

"કોને માટે આ ઢાંક્યું છે?" નરેન્દ્રએ પૂછ્યું. જો કે, આ પ્રશ્ન પૂછવાની કશી જરૂર નહોતી.

"તમારા માટે. આજથી તમારે અમારે ત્યાંથી આવે તે ખાવાનું છે."

નરેન્દ્ર કૃતજ્ઞતાના આવેગથી અભિભૂત થઈ ગયો. એના આ અલ્પ પ્રકાશિત ઘરમાં, આ અતિ મહાન વિભૂતિ પધારી હોય એવું એને લાગ્યું. થોડી ક્ષણો પહેલાં જે પાત્રમાંથી બધું ઠલવાઈ ગયું હોય તેવા શૂન્ય પાત્ર જેવી એની સ્થિતિ હતી. પણ હવે એ પાત્ર પાછું છલોછલ ભરાઈ ગયું હોય એમ એને લાગ્યું લાગતું હતું. જે ક્ષણે એને લાગતું હતું કે મૃત્યુ આવ્યું છે, તે જ ક્ષણે એને લાગતું હતું કે મૃત્યુ આવ્યું છે, તે જ ક્ષણે જેણે એના હોઠ પાસે સંજીવની ધરી હતી, તેનો નરેન્દ્ર જીવનભર ઋણી બની ગયો. એણે જાણે ઉપકાર કરીને એને ખરીદી લીધો.

કોરોના ગલી લોકડાઉન ખૂલતાં ટીપે-ટીપે જેમ મધ એકઠું થતું જાય, તેમ એક એક કરતાં એકઠા થયા હતાં. પરંતુ આજે એનાથી ઉલટી પરિસ્થિતિ સર્જાવવા પામી હતી. લોકડાઉન પૂર્ણપણે ખુલી ગયું હતું. કોરોના મરીઝોની સંખ્યા ઓછી થવા લાગી હતી. એક તરફ વેક્સિનની શોધ થઈ હતી. અને જેની ટ્રાયલ પણ શરૂ થઈ ગઈ હતી તેમ છતાં કોરોના ગલીમાંથી એક પછી એક કરીને કોરોના ગલી છોડીને ચાલ્યાં ગયાં હતાં. અને રહી ગયાં માત્ર નેહા અને નરેન્દ્ર.

જોડા ફાટી ગયા હતાં. નરેન્દ્રએ પોતાને માટે ચંપલ ખરીદ્યા. દુકાનમાંથી બહાર આવતાં, એની નજર મોજડી પર પડી. ઘણા સમયથી એણે જોયું હતું કે નેહાના પગમાં ચપ્પલ નહોતાં. નેહા માટે ખરીદવાનું મન થયું, પણ એની કિંમત સાડા ચારસો રૂપિયા હતી. લેવી કે નહીં એની મૂંઝવણમાં હતો ત્યાં થોડે દૂર જઈને એ પાછો આવ્યો ને એણે દુકાનદારને મોજડી બહાર કાઢવા કહ્યું. એ નેહાના પગમાં આવી રહેશે એવો એનો અંદાજ હતો. નેહાએ એને માટે જે કર્યું હતું તેની વિસાતમાં આ તો કશું નહોતું. નેહા કેટલી બધી રાજી થશે એનો વિચાર કરતાં કરતાં એ ગલીના નાકા સુધી પહોંચ્યો. હવે ફક્ત એની પાસે ₹ 200 બચ્યા હતાં.

બહુ ઓછા રૂપિયા છે, નરેન્દ્રએ વિચાર્યું. એને નવું જીવન ઘડવું હતું પણ કોરોના કાળમાં બેરોજગારીની ભીંત હતી.